सागरबाबा

दिलीपराज प्रकाशन प्रा.लि.™

२५१ क, शनिवार पेठ, पुणे - ४११०३०

दिलीपराजची पुस्तके आता फक्त १ क्लिक वर उपलब्ध!!!
लगेच लॉग ऑन करा...आमची वेबसाईट

Website : www.diliprajprakashan.in
Email :diliprajprakashan@yahoo.in
info@diliprajprakashan.in

दूरध्वनी क्रमांक (फॅक्ससहित) - २४४७१७२३,
२४४८३९९५, २४४९५३१४

सागरबाबा

(स्वतंत्र, सामाजिक, काल्पनिक कादंबरी)

द्वारकानाथ लेले

 दिलीपराज प्रकाशन प्रा. लि.
२५१ क, शनिवार पेठ, पुणे - ४११ ०३०.

सागरबाबा / Sagarbaba

ISBN - 978 - 93 - 82988 - 84 - 7

प्रकाशक । राजीव दत्तात्रय बर्वे । मॅनेजिंग डायरेक्टर
दिलीपराज प्रकाशन प्रा. लि.। २५१ क, शनिवार पेठ,
पुणे ४११०३०
दूरध्वनी : २४४८३९९५, २४४७१७२३,
२४४९५३१४ (सर्व फॅक्ससहित)
Email : diliprajprakashan@yahoo.in

प्रकाशन दिनांक : २५ जानेवारी २०१४

प्रकाशन क्रमांक : २०९२

टाईपसेटिंग । सौ. मधुमिता राजीव बर्वे
पितृछाया मुद्रणालय, ९०९ रविवार पेठ. पुणे ४११००२

मुद्रितशोधन । मिलिंद बोरकर

मुखपृष्ठ । सुहास चांडक

अंधश्रद्धा निर्मूलनाचे झुंजार समर्थक
कै. डॉ. नरेंद्र दाभोळकर यांच्या
पवित्र स्मृतीस सादर समर्पण!

– द्वारकानाथ लेले

एक

दि. ४ एप्रिल. दुपारी ४ ची वेळ. कोकणातील रत्नागिरी जिल्हा. दापोली तालुका. समुद्राकाठचं कोळथरे हे छोटं गाव. दापोलीहून आलेली एस.टी. बस गावातल्या थांब्यावर थांबली. आतून इतर प्रवाशांबरोबर तोही उतरला. एका हातात वळकटी. दुसऱ्या हातात पिशवी. अंगावर पँट, शर्ट, डोक्याला उन्हाची टोपी, पायांत चपला. वय सत्तरच्या आसपास. त्यानं आजूबाजूला नजर टाकली. बसमधून उतरलेले प्रवासी निघून गेले होते. लाल रस्त्यावर कोणीही नव्हतं. दोन्ही बाजूंची उंच-उंच झाडं समुद्रावरून येणाऱ्या वाऱ्यानं डुलत होती. तो देवळाशेजारच्या रस्त्यानं समुद्राकडं निघाला. दोन-चार मिनिटांतच किनाऱ्यावर पोचला आणि समोरचं सुंदर दृश्य पाहून तो पुन्हा एकदा हरखून गेला. लांब किनाऱ्यावर पांढरी शुभ्र वाळू पसरली होती. तासाभरातच समुद्रात बुडणाऱ्या सूर्याची सोनेरी किरणं लाटांवर नाचत होती. संध्याकाळचा मंद वारा सुटला होता. बहुधा भरतीची वेळ असावी. त्यामुळे छोट्या-छोट्या लाटा पुढं-पुढं येत होत्या. किनाऱ्यावर कोणीही नव्हतं; संपूर्ण किनारा शांत, निर्मनुष्य होता.

त्यानं हातातील वळकटी आणि पिशवी वाळूत ठेवली. चपला काढल्या आणि त्याच्या स्वागतासाठी येणाऱ्या लाटांच्या पाण्यात तो जाऊन उभा राहिला. उन्हातून झालेल्या बसप्रवासानं तो शिणला होता. त्यामुळे सहजच त्यानं ओंजळीत पाणी घेऊन तोंड धुतलं, चूळ भरली आणि पाण्याचा खारटपणा जाणवताच पाणी थुंकलं. पण त्याच्या मनात आलं– 'मी आता गोड्या पाण्यानं तोंड धुवायला पुण्यात थोडाच आहे? आता याच पाण्यावर मला माझं राहिलेलं आयुष्य काढायचं आहे... या खारट पाण्याला अमृत मानायचं आहे.'

त्यानं रुमालानं तोंड पुसलं आणि तो वळकटी शेजारी घेऊन वाळूत बसला. अस्ताला जाणाऱ्या सूर्याच्या याच सुंदर देखाव्यानं तो दोन वर्षांपूर्वी भारून गेला होता. वाटलं होतं– आपण या कोळथऱ्यातच कायमचं राहायला यावं, म्हणजे रोज हा देखावा मनसोक्त पाहता येईल. पण राह्यचं कुठं?

जागा कोण देणार? आणि संसाराचं काय? या प्रश्नांमुळं तेव्हाची इच्छा मनातच राहिली. दोन वर्षांनी त्यानं सत्तरी ओलांडली आणि त्यानं मनाशी निर्णय घेतला– 'बस झाला संसार! आता राहिलेल्या आयुष्यात देवाचा शोध घ्यावा. रामदासांनी देवाच्या शोधासाठी नाशिकला गोदावरीच्या पात्रात उभं राहून पुरश्चरण केलं; पण आता अशी नदी आहे कुठं?' आणि पट्कन त्याला कोळथऱ्याचा सुंदर किनारा आठवला. देवाच्या शोधासाठी यासारखी सुंदर जागा दुसरी कुठली असणार? म्हणून तो आज इथं आला होता...

तेवढ्यात एक लाट त्याच्या पायाशी आली. तिच्या हळुवार स्पर्शानं तो भानावर आला. त्यानं आकाशाकडं पाहिलं. सूर्य खाली येत होता. तो बुडायला, अंधार पडायला अवघा अर्धा तास उरला होता. त्यापूर्वी रात्रीच्या पोटोबाची व्यवस्था करायला हवी होती.

तो पट्कन उठला. वळकटी, पिशवी घेऊन किनाऱ्यावरच्या झाडापाशी पोचला. झाडाखाली पडलेले तीन दगड त्यानं मांडले. बाजूलाच पडलेल्या वाळक्या काटक्या गोळा केल्या. पिशवीतून ॲल्युमिनियमचं छोटं पातेलं आणि डाळ-तांदूळ काढले. ते पातेल्यात घालून त्यात प्लॅस्टिकच्या बाटलीतील पाणी ओतणार, तोच त्याच्या लक्षात आलं, 'काय मी वेडा आहे! समोर सागर पसरला आहे; तो सोडून खिचडी शिजवण्यासाठी पिण्याचं पाणी वापरायचं? बरं, खारट असलं तर फारच छान. मीठ घालायला नको आणि खराब असलंच तर, उकळलं की शुद्ध होईल.'

त्यानं पातेल्यातलं पाणी पुन्हा बाटलीत भरलं आणि समुद्राच्या पाण्यात जाऊन पातेल्यात हवं तेवढं पाणी आणलं. तीन दगडांची चूल पेटवून त्यावर खिचडी शिजायला ठेवली. काही मिनिटांतच खिचडीचं पाणी उकळायला लागलं आणि त्याचं विचारचक्रही पुन्हा फिरायला लागलं.

त्याच्या मनात आलं, 'काय आपलं आयुष्य! सामान्य माणूस सत्तरीत एका ठिकाणी राहून शांत आयुष्य जगण्याची इच्छा करतो– आणि मी? चांगला संसार, पुण्यातील शांत आयुष्य सोडून आज या खेड्यात आलो आहे. कशासाठी? देवाचा शोध घेण्यासाठी. रामदासांनी नाही ऐन लग्नात, भर तारुण्यात घर सोडलं? त्यांना काय गरज होती नाशिकला बारा वर्षे राहून भिक्षा मागण्याची, बारा वर्षं सबंध भारताची पायी भटकंती करण्याची आणि शिवाजीमहाराजांना मदत करण्याची? कारण एकच– लोककल्याण. आज देशाला स्वातंत्र्य आहे; पण देश भ्रष्टाचाराच्या, अंधश्रद्धेच्या कर्दमात बुडाला आहे. त्याला कोण वर

काढणार? हे काम माझ्या एकट्यानं पूर्ण होणार नाही, हे मला माहीत आहे; पण होईल तेवढं करण्याचं माझं कर्तव्य नाही का? आयुष्याची सत्तरी गाठेपर्यंत शिक्षण, नोकरी, संसार केला. तोपर्यंत स्वत:साठी जगलो. आता राहिलेलं आयुष्य समाजासाठी जगायला काय हरकत आहे?'

आणि त्याच वेळी चुलीवर शिजणाऱ्या खिचडीच्या पातेल्यावरचं झाकण वाफेमुळं उडून बाजूला पडलं आणि त्याची विचारसाखळी तुटली. शिजलेली खिचडी ताटलीत ओतून घेऊन तो पाण्याशेजारी जाऊन बसला आणि समुद्रात बुडणाऱ्या सूर्याकडं पाहत खिचडी खाऊ लागला. समुद्राच्या पाण्यात शिजलेली खिचडी... तिची चव नेहमीच्या खिचडीपेक्षा निराळीच असणार. ती खाण्यात त्याला निराळाच आनंद मिळत होता. 'आजवर अशी खिचडी कुणी खाल्ली असेल का?' त्याच्या मनात शंका उभी राहिली.

त्यानं खिचडी संपवली. समुद्राच्या पाण्यानं भांडी घासून पिशवीत टाकली आणि पाय पसरून तो सूर्यास्तानंतर आकाशात पसणाऱ्या रंगांची किमया पाहत राह्यला. किती रंग, किती प्रकारचं त्यांचं मिश्रण! निसर्ग हाच सर्वांत मोठा चित्रकार असल्याचा प्रत्यय त्याला येत होता. सूर्य बुडाल्यानं पाण्यावरून गार वारा येऊ लागला होता. हळूहळू अंधार पडायला लागला होता.

आता हा समुद्रकिनारा हेच त्याचं घर होतं. तिथंच राह्यचं, तिथंच जेवायचं, तिथंच साधना करायची आणि तिथंच झोपायचं. तेवढ्यात एका लाटेचं पाणी त्याच्या पायापर्यंत येऊन पोचलं. ते वाढण्यापूर्वी सामान सुरक्षित जागी हलवणं जरुरीचं होतं. त्यानं पिशवी अन् वळकटी उचलली आणि साधारण पंधरा-वीस फूट मागं नेऊन ठेवली.

आता काय करावं? त्यानं हातातल्या घड्याळाकडं पाह्यलं. अवघे सात वाजले होते. म्हणजे, झोपायला अजून किमान दोन तास होते. घरी तो असता तर वाचण्यात, टीव्ही पाहण्यात दोन तास केव्हाच गेले असते. पण इथं पुस्तकं नव्हती, टीव्हीही नव्हता. वेळ घालवण्याचं फक्त एकच साधन होतं– ते म्हणजे पाठ असलेलं म्हणायचं किंवा विचार करायचा. त्यानं रामदासांचे मनाचे श्लोक, करुणाष्टकं, काही स्तोत्रं म्हटली; पण त्यात अवघा अर्धा तास गेला. शेवटी त्यानं वाळूत सतरंजी अंथरली, कपड्यांची गुंडाळी करून उशाला घेतली आणि आकाशाकडे पाहत शांतपणे पडून राहिला.

आकाश स्वच्छ, निळंभोर, सुंदर दिसत होतं. बहुधा पौर्णिमा जवळ आली असावी. चंद्राचा मंद प्रकाश सर्वत्र पसरला होता. त्यामुळे साधारण उजेड

दिसत होता. त्यानं दोन्ही तळवे मानेखाली घेतले आणि विचारांच्या समुद्रात बुडी मारली.

'ठरविल्याप्रमाणे मी इथं तर आलो– आता पुढं काय? देव शोधायचा म्हणजे नक्की काय करायचं? ज्यांना देव भेटला– असं आपण आजवर ऐकलं-वाचलं; त्यांनी जे केलं, ते आपण करून पाह्यचं. देव भेटला तर ठीकच. त्याच्या मदतीनं समाजस्थिती बदलण्याचा प्रयत्न करायचा आणि जर भेटला नाही, तर देवाचं स्वरूप निश्चित करून ते समाजाला पटवून देण्याचा प्रयत्न करायचा. लोकांच्या मनातील अंधश्रद्धा दूर करायच्या. मरेपर्यंत हेच करायचं.'

मरणाच्या कल्पनेशी तो आला आणि दचकला. 'म्हणजे... इथं येऊनही मरण चुकणार नाही. कारण ते रामकृष्णांनाही चुकलं नाही; मी तर एक सामान्य माणूस! पण मला एक करता येईल. मरण लांबवता येईल. मी आजारी पडलो नाही, तर मरणार कसा? तेव्हा काय होईल ते होवो– पण आजार टाळायचा. माणूस आजारी पडतो तो जास्त खाण्यामुळं, कमी चालण्यानं आणि व्यायाम टाळण्यानं. पण माझं एक बरं आहे– मी भिक्षा मागून जगणार, फक्त खिचडीच खाणार. म्हणजे जास्त खाणं कधीच होणार नाही. आणि भिक्षा मागायची, म्हणजे चालावं लागणार. कारण फिरल्याशिवाय भिक्षा कोण वाढणार? आणि व्यायामासाठी भरपूर वेळ आणि किनाऱ्याची सुंदर जागा आहे... कशाचीच कमतरता नाही. पण हे सारं पार पाडण्यासाठी निश्चित कार्यक्रम हवा, तरच तो अमलात आणता येईल.'

कार्यक्रम-कल्पनेशी तो आला आणि त्याचं त्यालाच बरं वाटलं. कारण कार्यक्रमाच्या आखणीमुळे त्याच्या आयुष्याला आकार येणार होता. मोकळा वेळच उरणार नसल्यानं कंटाळा येण्याची शक्यता नव्हती. 'सकाळी किती वाजता उठावं? सहा वाजता उठलं, तरी पुरेसं आहे. उठावं, तोंड धुऊन चहा-पाणी...' या शब्दापाशी विचारांची गाडी अडली. माणूस सवयीचा केवढा गुलाम असतो, हे लक्षात येऊन तो स्वत:शीच हसला. 'इथं चहा-खाणं, गोडधोड काही मिळणार नाही; ते माहीत असूनही आपण इथं आलो आहोत. मिळणार आहे फक्त दोन वेळा जेवण आणि तेही खिचडीचं. आजवर खूप खाल्लं; आता पुरे झालं ना! आजवर खाण्यासाठी जगलो; आता जगण्यासाठी खायचं आहे. आता चहा विसरा...'

आणि त्याच्या विचारांची गाडी पुन्हा कार्यक्रमाच्या मार्गावर चालू लागली. 'सहा वाजता उठल्यावर प्रातर्विधी उरकायचे. सहा ते सात असा तासभर किनाऱ्यावर

प्राणायाम, आसनं आणि व्यायाम करायचा. सात ते दहा असे तीन तास समुद्राच्या पाण्यात उभं राहून पुरश्चरण करायचं. पण म्हणजे तोंडानं काय म्हणायचं? कसला जप करायचा?' आणि पट्कन त्याला आठवलं– 'रामदास गोदावरीत गायत्री मंत्राचं पुरश्चरण करायचे. आपणही तेच करायचं. कारण गायत्री मंत्र म्हणजे सूर्याच्या दातृत्वाबद्दल कृतज्ञता व्यक्त करणारं सूत्र. इतर देव दिसतात की नाही, मला माहीत नाही; पण सूर्य मात्र प्रत्येकाला दिसतो. कोणत्याही उपासनेशिवाय आणि मागितल्याशिवाय तो माणसाला इतकं देतो की, सूर्याशिवाय जीवसृष्टी जगणंच अशक्य आहे. देणारा तो देव; मग अशा सूर्यदेवाला सर्वांच्या आधी नमस्कार नको का?

'दहा ते बारा खुद्द कोळथऱ्यात आणि आजूबाजूच्या गावांमध्ये भिक्षा मागायची. बारा वाजता घरी– म्हणजे किनारी– येऊन खिचडी पकवायची व खायची. एक ते दोन झाडाखाली वामकुक्षी घ्यायची. दोन ते चार वाचन करायचं. चार वाजता बाहेर पडून लोकसंपर्क साधायचा. सहा वाजता परत येऊन पुन्हा खिचडी शिजवायची, खायची. स्तोत्रं म्हणून आठ वाजता निद्रादेवीच्या स्वाधीन व्हायचं.'

पहिल्याच दिवशी आपला दैनंदिन कार्यक्रम निश्चित करता आला, याचं त्याला समाधान वाटलं आणि त्याच समाधानात तो किनाऱ्यावर झोपी गेला.

पहाटे पायाला काही तरी गार लागलं म्हणून तो अचानक जागा झाला उठून पाहतो तो समुद्राची लाट पायापर्यंत पोहोचलेली! पाण्यानं कपडे, अंथरूण, पांघरूण भिजू नये म्हणून त्यानं घाईघाईनं ते मागं ओढलं आणि आज रात्री झोपताना पाण्यापासून पुरेसं लांब झोपण्याची काळजी घेण्याचा मनाशी निर्णय घेतला. त्यानं घड्याळात पाहिलं– सहा वाजायला आले होते. त्यानं समुद्राच्या पाण्यानंच तोंड धुतलं आणि वाळूतच प्राणायाम व व्यायामाला सुरुवात केली.

त्यानं त्यापूर्वी प्राणायाम आणि व्यायामाविषयी थोडंसं वाचलं होतं, पण ते प्रत्यक्ष केलं नव्हतं. आता प्रकृती ठीक राहणं आवश्यक असल्यानं प्राणायाम-व्यायाम करणं आवश्यक होतं, म्हणून त्यानं जसं आठवलं तेवढा प्राणायाम-व्यायाम केला. पण तेवढ्यानंही त्याला प्रसन्न वाटलं. कारण समुद्रावरून शुद्ध हवा येत होती, तिचा फायदा मिळाला.

सात वाजता झाडांच्या मागून सूर्य डोकवायला लागला आणि सबंध समुद्र कोवळ्या सोनेरी किरणांनी चमकू लागला. आता सात ते दहा ही वेळ पाण्यात उभं राहून गायत्री मंत्राचं पुरश्चरण करण्याची होती. पण त्यासाठी नक्की

कुठं उभं राहावं, हे त्याला ठरवता येत नव्हतं. त्याला दोन कारणं होती. पहिलं कारण– पाण्यात कुठंही उभं राहिलं तरी समुद्राच्या लाटांनी पायांखालची वाळू वाहून जाऊन पायांखाली खड्डा पडणार. म्हणजे जागा वारंवार बदलावी लागणार. आणि दुसरं कारण म्हणजे– समुद्र पश्चिम दिशेला असल्यानं सूर्याकडं तोंड करून उभं राह्यचं, तर समुद्र पाठीशी राह्यल्यानं मागून अचानक मोठी लाट येऊन पाण्यात तोल जाण्याचा धोका होता. त्याला पोहता येत होतं. पण समुद्रात पोहण्याची सवय नव्हती. त्यामुळे सुरुवातीलाच धोका नको म्हणून किनाऱ्यावर वाळूत उभं राहून सूर्याकडं हात जोडून गायत्री मंत्र म्हणण्याचं त्यानं नक्की केलं.

किनाऱ्यावर कुणी चिटपाखरूही नव्हतं, म्हणून त्यानं मोठ्यानं गायत्री मंत्र म्हणण्यास सुरुवात केली. त्याचा आवाज मोठा होता. उच्चार स्पष्ट होते. त्यामुळे गायत्री मंत्र म्हणताना त्यालाच आनंद मिळत होता. सुमारे तासभर त्याचं पठण झालं. किती वेळ झाला असावा, ते पाहण्यासाठी म्हणून त्यानं घड्याळाकडं पाह्यलं.

–आणि तो चाटच पडला. कारण अवघे आठ वाजले होते. फक्त तासभर पठण झालं होतं आणि अजून दोन तास व्हायचं होतं. तीन तास पुरश्चरण असं कार्यक्रमात ठरवणं सोपं होतं; पण ते प्रत्यक्षात करणं किती अवघड आहे, याची त्याला जाणीव झाली. रामदासांनी मग रोज पाच-पाच तास कसं पुरश्चरण केलं असेल? अशी शंकाही त्याच्या मनाला चाटून गेली. इतका वेळ पठण करण्याची खरंच गरज आहे का, असाही विचार त्याच्या मनात आला. पण ते देव दिसण्यावर अवलंबून आहे. जर देव दिसला, तर आवश्यक होतं आणि दिसला नाही, तर आवश्यक नव्हतं, असं ठरवता येईल. पण ते नंतर, मागाहून. त्यासाठी आधी पठण केलंच पाहिजे, हे त्याला पटलं आणि कोणताही विचार मनात न आणता पुढचे दोन तास त्यानं गायत्री मंत्र म्हणणं चालूच ठेवलं.

दहा वाजले आणि त्याचं पठण संपलं. आयुष्यात सलग तीन तास केलेलं हे पहिलंच पठण. त्यामुळे उभं राहून त्याचे पाय दुखू लागले. सतत बोलत राहिल्यानं घसा कोरडा पडला आणि उन्हात उभं राहिल्यानं डोकंही तापलं. पण देव पाह्यचा म्हणजे हे सारं सहन करायलाच हवं. आणि आज पहिला दिवस होता, म्हणून थोडा त्रास झाला. एकदा का सवय झाली की, आपसूक अंगवळणी पडेल, अशी त्यानं मनाची समजूत घातली.

आता पुढचा कार्यक्रम होता १० ते १२ भिक्षा मागण्याचा. त्याचबरोबर कुठून तरी पिण्यासाठी पाणी आणायला हवं. त्यानं पिशवीतून भगवी लुंगी व

कफनी बाहेर काढली आणि अंगावर चढवली. कपडे बदलल्यानं आपण साधू किंवा संन्यासी दिसत असू; मात्र दाढी आणि केस न वाढल्यानं आपलं रूप हास्यास्पद दिसत असावं, अशी त्याला शंका आली. पण त्याकडं त्यानं दुर्लक्ष केलं. पंचाची झोळी करून त्यानं खांद्याला अडकवली आणि पिण्याचं पाणी आणण्यासाठी पाण्याची प्लॅस्टिकची बाटली त्यानं झोळीत टाकली. बाकीचे कपडे दोरीनं बांधून त्यानं एका झाडाला अडकवले आणि निघणार... तेवढ्यात त्याला घरी पत्र पाठविण्याची आठवण झाली. आपण कोणालाही, काहीही न सांगता नाहीसे झालो. त्यामुळे घरचे लोक काळजीत असणार, तेव्हा पत्र पाठविणं आवश्यक होतं. म्हणून त्यानं पिशवीतलं पोस्टकार्ड आणि बॉलपेन काढलं. मोजक्या शब्दांत पत्र लिहिलं.

|| श्री ||

५ एप्रिल

सौ. गीतास अनेक आशीर्वाद. देवाचा शोध घेण्यासाठी मी घरातून बाहेर पडलो आहे. तो शोध लागल्यानंतर घरी परत येईन. त्याला किती दिवस लागतील– सांगता येत नाही. तरी काळजी करू नये. माझा शोध घेऊ नये. मी सुखरूप आहे. मुलास, सूनबाईला, नातवास आशीर्वाद.

कळावे,

आपला,
श्रीकृष्ण.

त्यानं कार्डावर घरचा पत्ता लिहिला आणि वाटेत पोस्टाच्या पेटीत टाकण्यासाठी ते झोळीत ठेवलं. तो किनाऱ्यावरून गावात जाण्यास निघाला. त्याच्या मनात आलं– रामदासांच्या हातात कुबडी असायची, पण मला कुठून कुबडी मिळणार? त्याऐवजी काठी घ्यावी. कुत्री, गुरं अंगावर आली तर त्यांना हाकलवण्यासाठी तिचा उपयोग होईल. त्यानं बाजूच्या एका झाडाची चार फूट लांबीची जाडसर काठी तोडून हातात घेतली आणि तो रस्त्यावर आला.

गल्ली ज्या ठिकाणी रस्त्याला मिळत होती, त्याच्या उजव्या बाजूला कोपऱ्यावर एक जुनं देऊळ होतं आणि पलीकडं मोटाररस्ता होता. त्या चौकात तो क्षणभर थांबला. कोणत्या बाजूला जावं– डाव्या की उजव्या? त्यानं पाह्यलं–

डाव्या रस्त्याला दोन्ही बाजूला श्रीमंत ब्राह्मणांची मोठमोठी घरं होती, तर उजव्या बाजूला काही दुकानं आणि पलीकडं छोटी-छोटी घरं होती. त्याला भिक्षा मिळण्याची शक्यता ब्राह्मण घरांतून अधिक, म्हणून तो डाव्या बाजूला वळला आणि पहिल्याच घराच्या कंपाऊंडच्या प्रवेशद्वारासमोर येऊन उभा राह्यला. जुन्या पद्धतीचं दुमजली मोठं घर होतं. समोर मोठा मांडव होता. त्यालाच झोपाळा टांगलेला होता. एक आठ वर्षांची फ्रॉकमधली मुलगी झोपाळ्यावर बसली होती. इथं भिक्षा मिळेल, असा अंदाज त्यानं केला आणि रामदासांचा आठवला तो श्लोक म्हणण्यास सुरुवात केली–

''समर्थाचिया सेवका वक्र पाहे
असा सर्व भूमंडळी कोण आहे?
जयाची लीला वर्णती लोक तिन्ही
नुपेक्षी कदा रामदासाभिमानी
जय जय रघुवीरऽऽ समर्थ!''

खणखणीत आवाजात श्लोक म्हणून तो थांबला. त्याच्या आवाजानं त्या झोपाळ्यावर बसलेल्या मुलीनं त्याच्याकडं पाह्यलं. त्याचा श्लोक संपताच बसल्या जागेवरून ती ओरडली, ''आजीऽऽ कुणी तरी साधू आलाय.''

तिच्या आवाजानं आजी दारात आली आणि त्याच्याकडं पाहत ती नातीला म्हणाली, ''अगं, हे साधू नाहीत; रामदासी आहेत. त्यांना भिक्षा घाल. घे.''

झोपाळ्यावरची नात घरात गेली. आजीनं दिलेली भिक्षेची ताटली घेऊन बाहेर आली आणि तिनं त्याच्या झोळीत भिक्षा टाकली. बरेच तांदूळ होते. त्यानं पुन्हा 'जय जय रघुवीर समर्थ'चा पुकारा केला आणि तो पुढं चालू लागला.

त्याच्या मनात आलं– 'भिक्षेची सुरुवात तर चांगली झाली. अशी भिक्षा मिळाली तर जगणं अवघड नाही. अर्थात प्रत्येक ठिकाणी भिक्षा मिळेलच याची खात्री नाही.' पण बहुतेक ठिकाणी मिळाली. समाजातील दातृत्वाची भावना अजून टिकून आहे, हे पाहून त्याला बरं वाटलं. मात्र एक पथ्य त्यानं कटाक्षानं पाळलं. श्लोक म्हणून झाल्यावर जास्त वेळ तिथं रेंगाळायचं नाही. लगेच पुढच्या दारात जायचं. 'जो देगा उसका भला, जो न देगा उसका भी भला' हे सूत्र त्यानं अवलंबलं.

बारा वाजेपर्यंत डाव्या रस्त्यावरची सर्व घरं पूर्ण झाली. तो किनाऱ्यावर परत आला. भिक्षेत मिळालेले डाळ-तांदूळ त्यानं निवडले आणि तीन दगडांची

चूल पेटवून दुपारपुरती खिचडी शिजवायला ठेवली व बाकीचे डाळ-तांदूळ प्लॅस्टिकच्या पिशवीत भरून ठेवले. ते ठेवताना बदललेल्या कपड्यांकडं त्याचं लक्ष गेलं. त्याच्यापुढं प्रश्न उभा राहिला, पुण्याहून येताना अंगावर असलेल्या शर्ट-पँटचं काय करायचं? 'असू दे, अडीअडचणीला उपयोगी पडतील' म्हणत त्यानं त्यांच्या घड्या घालून पिशवीत ठेवल्या.

थोड्याच वेळात खिचडी शिजली. त्यासाठी वापरलेले तांदूळ निरनिराळ्या घरांतून मिळालेले, निरनिराळ्या रंगांचे व निरनिराळ्या प्रकारचे असल्यानं खिचडी अनेकरंगी व अनेक चवींची झाली होती. तिचा त्यानं आनंदानं स्वीकार केला. जेवणानंतर झाडाच्या सावलीत तासभर विश्रांती घेऊन बरोबर आणलेल्या पुस्तकाचं वाचन केलं आणि चार वाजता तो भटकंतीला बाहेर पडला. दोन तासांत ग्रामप्रदक्षिणा पूर्ण झाली. सहा वाजता तो परत आला. पुन्हा खिचडी बनवून ती त्यानं खाल्ली आणि अंधार पडताच पाण्यापासून सुरक्षित अंतर सोडून त्यानं वाळूत पथारी पसरली व तो आडवा झाला.

आकाशाकडं पाहत तो पथारीवर पडला असताना पुन्हा त्याचं विचारचक्र सुरू झालं... 'कोळथऱ्यात आल्याला चोवीस तास झाले. पहिला दिवस तरी चांगला गेला. आता उद्यापासून आपल्या मुख्य कामाकडं वळायला हवं होतं. तो आला होता मुख्यत: देवाच्या शोधासाठी. गायत्री मंत्राचं पुरश्चरण हा त्या कामाचा एक भाग होता. देवाच्या शोधाचे इतरही मार्ग असणार; त्यांची माहिती करून घेऊन त्याही मार्गांनी शोध घ्यायला हवा होता. पण या छोट्या गावात हे मार्ग कोण सांगणार? बघू– निघेल काही तरी मार्ग!' असं म्हणून त्यानं विचारचक्र थांबवलं आणि काही क्षणांतच त्याला झोप लागली.

- ० -

दोन

पुढचे तीन दिवस त्याच्या दृष्टीनं काहीसे निराशेचे गेले. कारण पहिल्या दिवसाच्या घरीच पुन्हा भिक्षा मागितल्यानं असेल कदाचित, पण पहिल्या दिवसाच्या पंचवीस टक्केही भिक्षा पुढील तीन दिवसांत मिळाली नाही. त्यामुळे त्याला चौथ्या दिवशी दुकानातून डाळ-तांदूळ विकत घेऊन रात्रीची खिचडी शिजवावी लागली. यातून एक गोष्ट त्याच्या लक्षात आली, ती ही की– गाव फार लहान असल्यानं सर्वांनाच रोज भिक्षा घालणं परवडत नसावं. म्हणून भिक्षा मागण्याचं क्षेत्र वाढवायला हवं. जवळच्या दोन-तीन गावांतही भिक्षा मागायला हवी आणि एका गावी आठवड्यातून एकदा किंवा जास्तीत जास्त दोनदाच जायला हवं, म्हणजे पुरेशी भिक्षा मिळेल. हा बदल त्यानं लगेचच केला आणि त्याला यश येऊन दोन वेळा पुरेल एवढी भिक्षा मिळू लागली.

दुसरी अडचण उभी राहिली ती वाचनाची. त्यानं बरोबर आणलेली दोन पुस्तकं तीन दिवसांत वाचून संपली आणि पुढं काय, असा प्रश्न उभा राहिला. पण तोही अचानक सुटला. चौथ्या दिवशी सकाळी तो कोळथरेतल्या पहिल्या दिवशीच्या पहिल्या घराशी भिक्षा मागायला गेला, तेव्हा तिथल्या मुलीनं त्याला तिचे आजोबा बोलावताहेत म्हणून सांगितलं.

त्याला कळेना– आजोबांचं आपल्याकडं काय काम असावं? या शंकेतच त्यानं त्या घरात प्रवेश केला. त्या मुलीनं त्याला एका खोलीत नेलं. तिथं पलंगावर एक वृद्ध गृहस्थ पडले होते. त्यांनी त्याला बाजूच्या खुर्चीवर बसायला सांगितलं आणि दोन्ही हात जोडून कसा तरी नमस्कार केला आणि म्हणाले, ‘‘नमस्कार.’’

तो खुर्चीवर बसला आणि त्याच्या लक्षात आलं की, त्यांना अर्धांगवात झाला असावा व उठता येत नसावं. ते मुलीला म्हणाले, ‘‘बेबी, या बाबांना चहा घेऊन ये.’’

‘‘मी चहा घेत नाही.’’ तो पट्कन म्हणाला.

‘‘मग दूध घेऊन ये. जा.’’

"अहो, दूध कशाला?"

"असं कसं? तुम्ही रामदासी. आज पहिल्यांदाच माझ्या घरी आलात. मग काही घेतल्याशिवाय कसं चालेल? बरं, पण तुमचं नाव काय? कुठचे तुम्ही? इथं नवीन आलेले दिसता?" आजोबांनी विचारलं.

"हो. चारच दिवसांपूर्वी आलो. तसा मी मूळचा पुण्याचा. हो पण संन्यास घेतल्यावर मूळचं नाव-गाव, घर-दार सारं विसरायचं ठरवलं आहे." तो म्हणाला.

"संन्यासी म्हणता; मग कुठल्या तरी क्षेत्राच्या गावी राह्यचं सोडून इथं कुठं आलात आडगावात?" आजोबा हसत म्हणाले.

"तुम्ही म्हणता ते बरोबर आहे. पण क्षेत्राच्या गावी तिथल्या गडबडीत अभ्यास कसा होणार?" त्यानं विचारलं.

"तेही खरंच म्हणा. पण कसला अभ्यास करता आहात?"

"लहानपणापासून माझ्या मनात देव या कल्पनेविषयी उत्सुकता आहे, पण शिक्षणाच्या, नोकरीच्या, संसाराच्या धावपळीत त्याकडे लक्ष द्यायला सवडच मिळाली नाही. नोकरीतून निवृत्त झालो; तेव्हा ठरवलं की, साऱ्यातूनच निवृत्त व्हावं, संन्यास घ्यावा आणि देवाचा शोध घेण्यासाठी समुद्राकाठी शांत जागी जावं. म्हणून इथं आलो."

"बरं झालं तुम्ही इथं आलात ते. मलाही देवाधर्माची आवड आहे. म्हणून वेद, उपनिषदं यांची मराठी भाषांतरं विकत घेतली. पण निवृत्ती आणि अर्धांगवात एकदमच आला. वर्तमानपत्रसुद्धा हातात धरता येत नाही, तर ही जाड-जाड पुस्तकं कशी वाचणार? आणि घरात कोणाला सांगावं, तर त्यांचं देवकारण फक्त पूजेपुरतं. आता बाबा, तुम्ही रोज दुपारी चार वाजता इथं या. हवी ती पुस्तकं वाचा. तुमचा अभ्यास होईल; माझं श्रवण होईल."

"आजोबा, तुमच्यामुळं माझीही मोठी सोय होणार आहे." तो म्हणाला.

तेवढ्यात नातीनं दूध आणलं. ते घेऊन आजोबांना नमस्कार करून तो भिक्षेसाठी बाहेर पडला.

अभ्यासासाठी पुस्तकं कोठून आणायची, हा त्याचा प्रश्न अचानक सुटला होता. शिवाय अभ्यासातनं निर्माण होणाऱ्या प्रश्नांविषयी चर्चा करण्याकरता एक वयस्कर श्रोता मिळाला होता. त्याच आनंदात त्यानं त्या दिवसाची भिक्षा मागितली. खिचडी शिजवून खाल्ली आणि दुपारची वामकुक्षी आटोपून चार वाजता तो आजोबांच्या घरी दाखल झाला. आजोबाही त्याची आतुरतेनं वाट पाहत होते.

कोणत्या पुस्तकापासून सुरुवात करायची– असा प्रश्न दोघांपुढं उभा राह्यला. कारण दोघांचे उद्देश निराळे होते. आजोबांना धर्मग्रंथ श्रवणाचं पुण्य जोडायचं होतं; तर त्याला देवकल्पनेची सुरुवात कधी व कशी झाली, हे माहीत करून घ्यायचं होतं. म्हणून त्यानं सर्वांत प्राचीन हिंदू ग्रंथ ऋग्वेदापासून सुरुवात करावी, अशी सूचना केली. आजोबांनाही वेदात आहे तरी काय, याची उत्सुकता होती, म्हणून त्यांनी बाबांची सूचना मान्य केली व ऋग्वेदाचं भाषांतर वाचायला सुरुवात झाली.

त्याचा आवाज मोठा होता, उच्चार स्पष्ट होते आणि वाचनाचा वेग सावकाश होता. त्यामुळे वेद अवघड असूनही दोघांनाही समजण्यास अडचण येत नव्हती. भाषांतरात मूळ संस्कृत सूक्तं नव्हती. मात्र ते सूक्त कोणी रचलं, त्या ऋषीचं नाव आणि प्रत्येक श्लोकाचा मराठी अर्थ दिला होता. दोघंही प्रथमच वेद वाचत होते. त्यामुळे तासाभराच्या वाचनात बऱ्याच महत्त्वाच्या गोष्टी दोघांच्याही लक्षात आल्या. एक तासाच्या वाचनानंतर दूध पिण्यासाठी दोघं थांबले. तेव्हा आजोबा म्हणाले,

"बाबा, मी आजपर्यंत वेदांविषयी निराळं ऐकलं होतं आणि आज प्रत्यक्ष वेद वाचताना निराळंच आढळून येत आहे– हे कसं काय?"

आजोबांच्या प्रश्नानं तो चक्रावला. कारण त्यानं वेद वाचले नव्हते आणि काही ऐकलंही नव्हतं. म्हणून त्यानं विचारलं, "आजोबा, काय निराळं आढळलं?"

"अहो, मी लहानपणापासून ऐकत-वाचत आलोय की– वेद अपौरुषेय म्हणजे माणसांनी रचलेले नसून, ते आपोआप निर्माण झाले आहेत." –आजोबा.

"पण आजोबा, ते देवानं लिहिले असं त्यांना म्हणायचं असेल, म्हणून अपौरुषेय शब्द वापरला."

त्याचं बोलणं ऐकून आजोबा चिडलेच, "बाबा, प्रत्येक सूक्ताच्या सुरुवातीला ते रचणाऱ्या ऋषीचं नाव दिलं आहे– मग ते कशासाठी? आणि ऋषी देव होते की माणसं?"

"आजोबा, तुम्ही म्हणता ते बरोबर आहे. मलाही एका गोष्टीचं आश्चर्य वाटतं. माझी समजूत होती की, वेदांमध्ये आपण आज ज्यांना श्रेष्ठ मानतो अशा शंकर, विष्णू, ब्रह्मदेव, गणपती, दत्त वगैरे देवांच्या स्तुतिपर श्लोक असतील. काही तरी नैतिक वर्तनाची चर्चा असेल. पण त्यात इंद्र, ब्रह्म अशांचीच स्तुती आहे आणि मागितलं काय– आम्हाला खूप गोधन मिळो, रक्षण होवो, सोम मिळो– असल्या सामान्य गोष्टी!" त्यानं मत व्यक्त केलं.

"नाही बाबा, उद्यापासून प्रत्येक वाचनावर चर्चा करायची. एकमत झालं

की, पुढं वाचायचं. मी श्रद्धावान म्हणजे– श्रत् म्हणजे सत्यावर धाच्या म्हणजे बुद्धीच्या आधारे विश्वास ठेवणारा आहे. 'बाबा वाक्यं प्रमाणं' मानणारा नाही. वेद अपौरुषेय सांगून आमची फसवणूक का करण्यात आली, तेच मला समजत नाही.'' आजोबा रागावून बोलल्यानं थरथर कापत होते.

त्यांना शांत करत तो म्हणाला, ''आजोबा, हे शोधून काढण्यासाठी तर मी इथं आलो आहे!''

''काढा, काढा– खरं सत्य शोधून काढा आणि जगाला ओरडून सांगा, काय खरं आहे ते.''

आजोबांचा राग आणखी वाढू नये, म्हणून त्यानं चर्चा थांबवून पुन्हा वाचायला सुरुवात केली व त्या दिवशीचं वाचन पूर्ण केलं.

तो वाचन आटोपून किनाऱ्याकडं निघाला, तेव्हा एक प्रकारच्या धुंदीत होता. आपल्या सत्यशोधनाच्या कार्याला चांगली सुरुवात झाली आणि आपल्याच विचाराचा एक समविचारी माणूस भेटला, याचा त्याला आनंद होत होता.

त्यानं संध्याकाळचं जेवण, झोप आटोपली.

दुसऱ्या दिवशी दुपारी चार वाजता तो महाजन आजोबांकडे (दारावर महाजन अशी पाटी होती म्हणून त्यानं ते महाजन आजोबा असावेत, अशी कल्पना केली) दाखल झाला. पहिल्या दिवशीच्या तुलनेत दुसऱ्या दिवशी वाचनाचा वेग वाढला, पण बहुतेक श्लोकांत अमुक-तमुक मिळू दे, अशीच प्रार्थना असल्यानं वाचनात गोडी वाटेना. तरी पण वेद वाचून पूर्ण करणं आवश्यक होतं. त्यामुळे तो वाचत राह्यला; आजोबा ऐकत राह्यले.

त्या दिवशी वाचन संपताना आजोबांनी त्याला दोन प्रश्न विचारले, ''बाबा, मी तुम्हाला कालपासून नुसतं बाबा म्हणतोय, ते मला खटकतंय. कारण बाबा हा शब्द भोंदूबाबासाठी बहुधा वापरतात. तुम्ही त्यातले नाहीत. तेव्हा तुम्हाला निराळं नाव हवं. तुम्ही सागरतीरी राहता, तेव्हा तुम्हाला सागरबाबा म्हटलं, तर चालेल का?''

ते ऐकून तो हसला. त्याला वाटलं– बरं झालं, आपलं नामकरण नव्यानं झालं ते. कारण सध्याच्या आपल्या वास्तव्याला ते योग्य आहे आणि शिवाय कोणी तरी काही तरी म्हणण्यापेक्षा सागरबाबा नाव सार्थ आहे. म्हणून तो म्हणाला, ''आजोबा, तुमची सूचना एकदम मान्य. दुसरा प्रश्न?''

''तुमचं नाव सागरबाबा असलं तरी तुम्ही रात्रंदिवस किनाऱ्यावरच राह्यलं पाहिजे, असं थोडंच आहे? आणि आता दोन महिन्यांनी पावसाळा सुरू होणार,

म्हणजे नंतर तिथं राहणंही अशक्य आहे.''

आजोबांना अडवत सागरबाबा म्हणाले, ''तुम्ही म्हणता ते खरं आहे. पण मी संन्यासी. मला घरदार काहीच नाही आणि मी भाडं देऊ शकत नसल्यानं मला कोण घर देणार?''

''सागरबाबा, तुम्ही पलीकडच्या देवळातच का राहत नाही? म्हणजे आपोआप देऊळ स्वच्छ राहील. रात्री दिवा लागेल अन् तुमचीही सोय होईल.'' आजोबांनी सूचना केली.

''आजोबा, तुम्ही म्हणता ते ठीक आहे... पण पुन्हा संन्याशाच्या संसाराला सुरुवात व्हायची. तेव्हा सध्या आहे ते ठीक आहे– जूनमध्ये बघू.'' असं म्हणून सागरबाबांनी तो विषय टाळला आणि ते आजोबांचा निरोप घेऊन किनारी निघून गेले. मात्र चालताना त्यांनी मनाशी एक निर्णय पक्का केला– आपण जाणीवपूर्वक संसार सोडला आहे, तेव्हा संसार सुखाच्या चक्रात पुन्हा अडकायचं नाही; मग काय वाटेल ते होवो!

* * *

सागरबाबा कोळथऱ्यात आल्याला आठ दिवस झाले आणि त्यांचा दिनक्रम मार्गी लागला. खुद्द कोळथरे आणि सभोवतालची तीन गावं त्यांनी भिक्षेसाठी कायम केली– म्हणजे चार गावांत ते भिक्षा मागत. रोज एक गाव या हिशोबानं एका आठवड्यात एक गावी दोन वेळा भिक्षा मागण्याची वेळ त्यांच्यावर येई व त्यांना पुरेशी भिक्षा मिळे. बाजारपेठेतून जाताना ते तोंडानं रामदासांचे श्लोक मोठ्यानं म्हणत, पण भिक्षेसाठी म्हणून ते दुकानापुढं थांबत नसत. तरीही एखादा दुकानदार त्यांना हाक मारी व भिक्षा किंवा दक्षिणा देई. सागरबाबांनी मनाशी एक निश्चय केला होता– आपण होऊन कोणाकडे, काहीही मागायचं नाही आणि कोणीही काहीही दिलं तरी नाही म्हणायचं नाही. कारण त्यांच्याकडं काहीच नसल्यानं मिळणारी कोणतीही भिक्षा किंवा वस्तू त्यांना उपयोगी पडणारीच होती. त्यामुळे ती नाकारण्याचा प्रश्नच नव्हता.

सागरबाबांच्या दैनंदिन कार्यक्रमात आता वेळच उरेनासा झाला. वामकुक्षीनंतरच्या वाचनाच्या कार्यक्रमात पुण्याहून आणलेली पुस्तकं वाचून संपल्यानं थोडा व्यत्यय आला होता; परंतु महाजन आजोबांनी त्यांचं ग्रंथभांडार सागरबाबांसाठी खुलं केल्यानं तोही प्रश्न मिटला होता. यापुढे त्यांना पुस्तकांची

कमी भासणार नव्हती. महाजन आजोबांनी बाबांना वाचण्यासाठी पुस्तकं नेण्याची परवानगी दिल्यावर बाबांनी पहिलं पुस्तक आणलं 'पतंजलींची योगसूत्रे.' कारण देवाच्या शोधासाठी प्रकृती उत्तम राहायला हवी होती आणि प्रकृतीसाठी प्राणायाम नियमित करणं आवश्यक होतं. बाबांनी आजवर ज्या महापुरुषांची चरित्रं वाचली होती, त्या प्रत्येकात योगशास्त्राला खूप महत्त्व दिलेलं होतं. त्यावरून योगशास्त्राचा देवकल्पनेशी निकटचा संबंध असावा, या कल्पनेनं सागरबाबांनी योगावरील ग्रंथाला प्राधान्य देऊन त्याचं वाचन सुरू केलं.

दोन-तीन दिवस असेच गेले आणि एके दिवशी पहाटे अचानक एक चमत्कारिक घटना घडली. बाबा नेहमीप्रमाणे किनाऱ्यावर वाळूत पथारी पसरून त्यावर झोपले असताना पहाटेच्या सुमारास पायाला काही तरी मऊ-मऊ लागलं म्हणून ते जागे झाले. उठून पाहतात तो– त्यांच्या दोन पायांत एक अगदी छोटं कुत्र्याचं पिल्लू पायांत तोंड खुपसून शांत झोपलं होतं. बाबांना गंमतही वाटली आणि रागही आला. त्यांनी त्याला हाकलण्यासाठी हातही उचलला. पण त्याच क्षणी त्यांच्या मनात आलं– कुत्री-मांजरं हे माणसाच्या आश्रयानं राहणारे प्राणी. माणसानंच त्यांना आश्रय नाकारला, तर त्यांनी कुठं जावं? बरं, आता ते थोडी ऊब मागतं आहे; बाकी काही नाही. तेव्हा ही ऊब मी देणार नाही का? बाबांनी आपले दोन्ही पाय त्याच्या अंगाखालून सोडवून घेतले आणि आपल्या अंगावरचं पांघरूण त्या पिल्लाच्या अंगावर टाकून बाबा उठले व आपल्या दैनंदिन कार्यक्रमाला लागले.

बाबांचे प्रातर्विधी, प्रार्थना, व्यायाम आटोपले तरी ते पिल्लू झोपलेलंच होतं. बाबांचं गायत्री मंत्राचं पठण सुरू झाल्यावर ते कधी तरी उठलं व किनाऱ्यावर इकडं-तिकडं करू लागलं. पण बाबांनी त्याच्याकडं लक्षच दिलं नाही. बाबा दहा वाजता भिक्षेसाठी निघाले, तेव्हा ते कुत्र्याचं पिल्लू त्यांच्या मागं-मागं चालू लागलं. बाबांनी दोन-तीनदा त्याला हाकलण्याचा प्रयत्न केला, पण ते त्यांची पाठ सोडीना.

आज कोळथऱ्यात भिक्षा मागण्याचा दिवस होता म्हणून बाबांनी महाजन आजोबांच्या दाराशी येऊन समर्थ श्लोकाचा गजर केला. तेव्हा त्यांच्याकडे महाजनांच्या नातीचं लक्ष गेलं व बाबांच्या शेजारी उभं असलेलं कुत्र्याचं गोंडस पिल्लू तिच्या दृष्टीस पडलं. ती धावत घरात गेली आणि बाहेर येताना बाबांसाठी भिक्षा अन् पिल्लासाठी बिस्किटं घेऊन आली. तिनं बाबांना भिक्षा घातली आणि कुत्र्याच्या पिलाला बिस्कीट. ती पिलाच्या अंगावरून प्रेमानं हात फिरवू लागली. बाबा तेवढ्यात सटकले आणि पुढच्या घराकडे भिक्षेसाठी वळले.

कुत्र्याचा पाठलाग थांबला, म्हणून बाबांना बरं वाटलं. बारा वाजेपर्यंत

बाबांचं भिक्षा मागणं पुरं झालं आणि बाबा किनाऱ्यावर परतले व खिचडी शिजवण्याच्या तयारीला लागले. तेवढ्यात महाजनांची नात हातात कुत्र्याचं पिल्लू घेऊन धावत किनाऱ्यावर आली आणि बाबांना म्हणाली,

"बाबा, हे घ्या तुमचं पिल्लू. तुम्ही गेल्यापासून ते सारखं ओरडतंय– थांबतच नाहीये.'' असं म्हणत तिनं ते पिल्लू बाबांच्या शेजारी ठेवलं आणि आश्चर्य म्हणजे, ते ओरडायचं थांबलं!

"अगं, बेबी– माझं नाही ते...'' बाबांनी बेबीची समजूत काढण्याचा प्रयत्न केला.

"पण बाबा, मी कुठं नेऊ ते? आजोबा रागावतील.'' असं म्हणत बेबी घराकडं पळाली.

बाबांनी कपाळावर हात मारून घेतला. 'संन्याशाच्या घरी शिवरात्र' अशी त्यांची स्थिती झाली होती. त्या पिल्लाचं काय करायचं, ते त्यांनाही कळेना. म्हणून त्यांनी त्याच्याकडं दुर्लक्ष केलं. थोड्याच वेळात त्यांची खिचडी शिजली. ती त्यांनी खाल्ली. तेव्हा त्या पिल्लानं खिचडीचं पातेलं आणि ताटली चाटून पुसून साफ केली व बाबांचं भांडी घासण्याचं काम कमी केलं.

जेवणानंतर बाबा झाडाखाली सतरंजी पसरून वामकुक्षीसाठी आडवे झाले, तेव्हा त्या कुत्र्याच्या पिल्लानंही सतरंजीच्या कोपऱ्याला आपलं अंग टाकून दिलं. वामकुक्षी व वाचन आटोपून बाबा चार वाजता महाजन आजोबांकडे वेदवाचनासाठी निघाले, तेव्हा कुत्र्याचं पिल्लू किनाऱ्यावर पाण्याशेजारील वाळूतील बारीक-बारीक भोकांतून बाहेर पडणारे खेकडे पकडून खाण्यात मग्न झालेलं होतं, ती संधी साधून बाबा महाजन आजोबांकडे सटकले.

दोन तासांनंतर वाचन आटोपून बाबा किनाऱ्यावर परतले, तेव्हा ते पिल्लू तिथं नव्हतं. संध्याकाळच्या जेवणाच्या वेळीही ते फिरकलं नाही. तेव्हा त्या पिलाचा ससेमिरा थांबला, म्हणून बाबा निश्चिंत झाले व नेहमीप्रमाणे वाळूत पथारी पसरून झोपी गेले.

पण पहाटे पुन्हा ते पिल्लू बाबांच्या आश्रयाला आलं. त्याला पाहून त्यांना हसावं की रागवावं, तेच कळेना. त्याचं लोढणं त्यांना संन्यासाश्रमात नको होतं, पण त्याची निरागसता बाबांना त्याच्यावर हात उगारू देत नव्हती. शेवटी आपण मुद्दाम काही करायचं नाही; जसं होईल तसं होऊ द्यायचं, असा मनाशी निश्चय करून सागरबाबा आपल्या दिनक्रमाकडे वळले.

- ० -

तीन

सागरबाबा हळूहळू कोळथऱ्याच्या सामाजिक जीवनाशी एकरूप होत होते. त्यांच्या मनात आलं– 'आपण संसारात असताना अनेकदा अनेक गोष्टी करण्याचा मोह आपल्याला व्हायचा. पण शेजारी, नातेवाईक आणि प्रतिष्ठा त्याच्याआड यायची. इथं आपले शेजारी नाहीत आणि नातेवाईकही नाहीत. शिवाय आपण एक रामदासी. तेव्हा आपल्याला कसली आली प्रतिष्ठा? म्हणून आपल्याला शक्य तेवढं या गावासाठी करायचं. गावकऱ्यांचं प्रेम मिळवायचं.' आणि अशी संधी त्यांना त्याच दिवशी मिळाली.

त्याचं असं झालं– ते बाजारपेठेतून भिक्षा मागत चालले होते. रस्त्यावर कडक ऊन होतं. तहान लागली म्हणून कुठं तरी क्षणभर टेकून पाणी प्यावं, असा विचार त्यांच्या मनात आला. तेवढ्यात समोर रस्त्याच्या कडेला एस.टी. बसचा थांबा त्यांना दिसला. एस.टी. महामंडळानं प्रवाशांना ऊन-पाऊस लागू नये म्हणून छोटीशी लाकडी शेड उभारून दिली होती. तो सार्वजनिक थांबा पाहून बाबांना बरं वाटलं. पण ते जवळ गेले, तो त्याचं उद्ध्वस्त स्वरूप पाहून बाबा आश्चर्यचकितच झाले. शेडभर कचरा साचला होता. त्यात बसण्याचा बाक बुडाला होता. छपरावरचा पत्रा अनेक ठिकाणी फाटला होता. त्याला भोकं पडली होती. त्यातून शेडमध्ये ऊन डोकावत होतं.

बाबांच्या तोंडातून सहज प्रतिक्रिया बाहेर पडली– 'अरेरे, एस.टी. महामंडळ देतं आणि कर्म नेतं, अशी या शेडची अवस्था. सार्वजनिक जागा कोण झाडणार? मलाच झाडली पाहिजे ही शेड. माझं हे कर्तव्य आहे, कारण मीही कोळथऱ्याचा एक नागरिक आहे.'

सागरबाबांनी त्याच दिवशी दुपारी वाचनाच्या वेळी हा विषय महाजन आजोबांकडे काढला. तेही हळहळले. म्हणाले, "बाबा, तुमचा विचार अगदी योग्य आहे. मीही धड असतो, तर शेड झाडायला तुमच्याबरोबर आलो असतो. पण मी असा अपंग... तुम्हाला काय उपयोग? पण बाबा, मी एक

मदत करू शकतो. माझ्याकडचा खराटा, हातोडी आणि चुका घेऊन जा. जमेल तेवढं करा.''

सागरबाबांच्या लक्षात आलं– लोकांनाही अशा सार्वजनिक कामात भाग घ्यायची इच्छा असते, पण पुढाकार नको असतो; कारण प्रतिष्ठा आड येते.

बाबांनी त्या दिवशी वाचन पंधरा मिनिटं लवकर संपवलं आणि महाजन आजोबांची साधनं घेऊन बाजारपेठेत पोचले अन् बस थांब्याची शेड झाडायला सुरुवात केली. आजूबाजूचे लोक बघतच राहिले. गेले काही दिवस गावातून भिक्षा मागताना हा रामदासी दिसायचा, पण आज गावाची शेड झाडतो आहे! त्यांना आश्चर्य वाटलं.

बाबांनी शेडमधील कचरा झाडून बाहेर काढला. कचऱ्यात गडप झालेला बसायचा बाक मोकळा केला. छपराला पडलेली भोकं बंद करायचा प्रयत्न केला, पण त्यांच्याकडे जाड पुठ्ठा नव्हता. तेवढ्यात समोरच्या दुकानदाराचं बाबांकडं लक्ष गेलं आणि तो म्हणाला, ''बाबा, हे पुठ्ठ्याचं खोकं घेऊन जा. ते फाडून पुठ्ठ्याचे तुकडे भोकाखाली बसवता येतील.'' बाबांनी हसून खोकं घेतलं. त्याचे तुकडे करून भोकाखाली बसवले आणि बाकावर डोकावणारं ऊन नाहीसं झालं. काम झाल्याचं पाहून बाबा बाकावर बसले. समाधानानं पाणी प्यायले.

या घटनेची बातमी दुसऱ्या दिवशी गावभर पसरली. लोकांनी बाबांना दुवा दिला; पण बाबा रामदासी होते. 'सुखदु:ख समेकृत्त्वा। लाभालाभो जयाजयो।' अशी त्यांची नि:संग वृत्ती होती. त्यांना स्तुतीचं काहीच वाटलं नाही.

दुसऱ्या दिवशी वाचनाच्या वेळी सागरबाबांनी महाजन आजोबांची साधनं परत केली आणि कामाचा वृत्तांत कथन केला. तो ऐकून आजोबा पट्कन म्हणाले, ''बाबा, तुम्ही नुसते धर्मवीरच नव्हेत, तर कर्मवीरही आहात.'' बाबा फक्त गालात हसले.

त्या दिवशीच्या वाचनाचा बराचसा वेळ चर्चेतच गेला, कारण ऋग्वेदात वारंवार 'आम्हाला भरपूर सोम प्राशनास मिळो' अशा प्रार्थना येऊ लागल्या. तेव्हा बाबा आणि आजोबा दोघेही चक्रावले. सोमरस हे काय पेय आहे? लोकांना व ऋषींनाही त्याचं एवढं आकर्षण का? –अशी शंका बाबांच्या मनात निर्माण झाली. त्यांनी वाचन थांबवून सहज आजोबांना विचारलं, ''आजोबा, हे सोमरस काय पेय असावं?''

आजोबा म्हणाले, ''काय की बुवा, मला नक्की माहीत नाही; परंतु, ताडापासून काढतात, त्या नीरेसारखं काही तरी उत्तेजक पेय असावं, असं मला

वाटतं.''

तेवढ्यात बाबांनी ग्रंथाच्या शेवटी असलेल्या टिपा पाहिल्या. त्यात सोमरसाचा अर्थ दिला होता. त्यात म्हटलं होतं की, हिमालयाच्या उतारावरच्या भागात ही वनस्पती सापडते. तिची हिरवी पानं तोडून आणून वाटतात व त्याचा रस काढतात आणि त्यात दूध व साखर घालून उकळून चहाप्रमाणं पीत असत. त्यामुळे भांग प्यायल्यानं जशी होते, तशी उल्हसित वृत्ती होते. जोम, उत्साह वाढतो.

आजोबा पट्कन म्हणाले, ''तरीच! शिवरात्रीच्या दिवशी भांग का पितात आणि साधू लोक चिलीम का ओढतात, याचा आता उलगडा झाला!''

पण बाबांनी शंका उपस्थित केली– ''काय हो आजोबा, हे ऋषी अन् देव आपल्या आदराची स्थानं. अशा आदरणीय व्यक्तींनी नशा येणाऱ्या पेयाचं प्राशन करावं, ही बाब तुम्हाला खटकत नाही का?''

''अहो, त्याचं काय घेऊन बसलायत? हरिद्वार, हृषीकेशकडं असणारे साधू चिलीम ओढत रात्रभर तर्रर्र होऊन पडलेले असतात. त्यांच्या डोळ्यांकडे पाहा– सदैव लाल. आणि त्यांना कशाला नावं ठेवायला हवीत? आजकाल सर्वत्र प्रसिद्धीस आलेले अनेक बाबा, महाराजही चिलीम ओढतात. तसे त्यांचे फोटोच प्रसिद्ध झाले आहेत ना! आणि वर वस्त्राशिवाय उघड्यानं वावरतात. फोटोग्राफरलाच फोटो काढताना लाज वाटली असावी, म्हणून त्यानं त्यांच्या पायांवर फडकं टाकून फोटो काढले असावेत.'' आजोबांनी हसत-हसतच आपलं मत व्यक्त केलं.

त्यावर बाबा म्हणाले, ''आजोबा, पण अशा घटनांनी धर्माला कमीपणा येत नाही का? आणि देव, ऋषी, बाबा, महाराज, साधूच जर असे नशापाणी करायला लागले; तर समाजाला व्यसनांपासून दूर कसं ठेवणार?''

''बरोबर आहे तुमचं म्हणणं. पण आपण काय करणार?''

''आपण निदान लोकांना 'पूजा करताना कोणाची पूजा करतोय, हे पडताळून पाहा– आंधळेपणानं कोणाला डोक्यावर घेऊ नका' एवढं तर सांगू शकतो?'' बाबा म्हणाले आणि तो विषय तेवढ्यावरच थांबला.

सागरबाबा रोज दुपारी वामकुक्षीनंतर दोन ते तीन या वेळात कुठल्या तरी पुस्तकाचं वाचन करीत. महाजन आजोबांकडून 'पतंजलींची योगसूत्रे' हे पुस्तक बाबांना मिळालं होतं. त्याची काही पानं वाचताना बाबांना ते कमालीचं आवडलं.

कारण त्यात योगशास्त्र म्हणजे काय, हे दिलं होतं. प्राणायाम व आसने यांची माहिती दिली होती. योगमार्गानं अनेक सिद्धी प्राप्त होतात, असंही त्यात म्हटलं होतं. बाबांना त्या सिद्धींची अपेक्षा नव्हती; पण प्राणायाम व आसनांमुळे प्राप्त होणाऱ्या बळकट शरीराची अपेक्षा होती. म्हणून त्यांनी त्या माहितीचा सकाळच्या व्यायामात समावेश केला आणि त्याचा त्यांना चांगला अनुभव येऊ लागला.

त्यात म्हटलं होतं की– सर्व सजीव प्राण्यांची व वनस्पतींची शरीरं अब्जावधी सूक्ष्म पेशींपासून बनली असून त्या प्रत्येक पेशीला अन्न, हवा, पाणी यांची गरज असते. म्हणून वेळेवर व ताजं सकस अन्न खाल्लं पाहिजे, भरपूर पाणी प्यायलं पाहिजे. श्वासोच्छ्वासाद्वारे भरपूर शुद्ध हवा शरीरात घेतली पाहिजे. प्रत्येक सजीवाचा प्राण किंवा जीव म्हणजे हवा. जोपर्यंत सजीव श्वास घेतात, तोपर्यंत ते जिवंत राहतात; श्वास थांबला की मरण येतं. एक वेळ अन्न-पाण्याशिवाय सजीव काही दिवस जगू शकेल, पण हवेशिवाय पाच मिनिटंही जगू शकणार नाही. हवा दूषित झाली की, पेशी आजारी पडतात आणि सजीवाला आजार होतो. तेव्हा आजार टाळण्याचा, मरण लांबवण्याचा एकमेव मार्ग म्हणजे कमी खा, भरपूर चाला, पुरेशी विश्रांती घ्या, भरपूर काम करा. कारण शरीराच्या सर्व अवयवांना हालचाल होणं आवश्यक असतं. ही हालचाल थांबली की गुडघे, पाय, मान, कंबर वगैरे अवयव आखडतात आणि कालांतरानं अपंगत्व येतं. हे टाळायचं असेल, तर सर्व अवयवांची भरपूर हालचाल करणं, हा एकमेव मार्ग आहे.

पतंजली योगसूत्रात ज्या सिद्धींची माहिती दिली होती; त्यात म्हटलं होतं की, योगाभ्यासानं दुसऱ्याच्या मनातील विचार ओळखणं, कितीही दूर असलेल्या व्यक्तीला किंवा दृश्याला बसल्या जागेवरून पाहणं, त्याच्याशी बोलता येणं, अदृश्य होणं, भविष्यकाळात डोकावता येणं, भूतकाळात घडलेल्या कोणत्याही घटना आज पाहता येणं, पाण्यावर चालणं किंवा हवेत उडणं, मेलेल्या माणसाला जिवंत करणं (संजीवनी विद्या) वगैरे शक्ती माणसाला प्राप्त होऊ शकतात. परंतु साधकानं या सिद्धींच्या मोहात न अडकता त्यांपासून दूर राहावं आणि मोक्षाचं अंतिम उद्दिष्ट प्राप्त करावं. ही माहिती वाचून सागरबाबांच्या लक्षात दोन गोष्टी आल्या. एक म्हणजे, या सिद्धी प्राप्त होण्यासाठी दीर्घकाळ प्रचंड परिश्रम हवेत आणि दुसरी गोष्ट म्हणजे– पुराणातील महर्षी, राम-कृष्णांसारखे देव, संत यांनी या योगशास्त्राचा अभ्यास केला असावा व कदाचित काहींना काही सिद्धी प्राप्त झाल्या असाव्यात. त्यामुळेच त्यांनी अशक्य वाटणारे चमत्कार केले असावेत.

अर्थात, याबाबत 'एक हात लाकूड आणि दहा हात ढलपी' अशी स्थिती असते. म्हणजे, एखाद्याकडून चुकून चमत्कार घडला तरी त्याला चमत्कारी, साक्षात्कारी अशी विशेषणं लावली जातात.

अर्थात, पुस्तकात लिहिलेलं खरं किती आणि खोटं किती, हे ठरविणं अवघड आहे. त्यासाठी प्रत्यक्ष योगाचा अभ्यास करून त्याची प्रचिती घेतली पाहिजे. अनुभव आला, तर जाहीरपणे मान्य करता येईल आणि अनुभव आला नाही, तर जाहीरपणे त्याचा इन्कार करता येईल. सत्याचा शोध घेण्यासाठी तर आपण इथं सागरतीरी आलो आहोत, तेव्हा आपण हे करायचंच– असा निर्धार सागरबाबांनी केला आणि दुसऱ्या दिवसापासून योगाच्या अभ्यासाला सुरुवात केली.

पुस्तकात म्हटलं होतं की, योगशास्त्राच्या आठ पायऱ्या आहेत. अहिंसा, सत्य, अस्तेय, ब्रह्मचर्य, अपरिग्रह हे पाच यम-नियम आहेत. यम, नियम, प्राणायाम, आसनं, परिहार, ध्यान, धारणा, समाधी या आठ पायऱ्यांनी साधक मोक्षापर्यंत पोचू शकतो. यांपैकी सागरबाबा सर्व यमनियम पाळत होतेच. प्राणायाम, आसनं, ध्यान या गोष्टी सुरू केल्या होत्या. म्हणजे बऱ्याच पायऱ्या ओलांडल्या होत्या. त्यामुळे योगशास्त्राचा खरा-खोटेपणा लवकरच सिद्ध करणं शक्य होईल, अशी आशा त्यांना वाटू लागली.

हे पुस्तक वाचत असताना त्यांना महाजन आजोबांच्या आजाराची अचानक आठवण झाली. त्यांच्या लक्षात आलं की, अर्धांगवायू हा प्रामुख्यानं शरीराच्या विशिष्ट अवयवाला किंवा त्यावर नियंत्रण ठेवणाऱ्या मेंदूतील संबंधित भागाला व्यवस्थित रक्तपुरवठा न झाल्यानं होतो. म्हणजे त्याचा संबंध श्वासोच्छ्वासाशी व रक्ताभिसरणाशी आहे. पुरेसा प्राणवायू न मिळाल्यामुळे शरीराच्या काही भागातील रक्ताभिसरण मंदावलं असावं व महाजन आजोबांना अर्धांगवात झाला असावा, अशी शंका त्यांच्या मनात आली आणि त्यावर उपाय म्हणून आपण महाजन आजोबांना प्राणायाम करण्यास सुचवावं; कदाचित त्याचा उपयोग होईलही, असं बाबांना वाटलं.

त्याच दिवशी दुपारी सागरबाबांनी वाचनाच्या वेळी हा विषय उपस्थित केला. त्यावर महाजन आजोबा हसले. म्हणाले,

"अहो बाबा, माझ्या आजारावर सर्व उपाय झाले. डॉक्टरांच्या मते, मी जिवंत आहे, हे नशीब समजा!"

"आजोबा, पण मी उपाय सुचवतो आहे, तो बसल्याजागी करायचा

आहे. म्हणजे कुठं जायचं नाही, कुठं यायचं नाही. शिवाय खर्च शून्य. समजा– त्याचा उपयोग तुम्हाला झाला, हिंडा-फिरायला यायला लागलं; तर नको आहे का तुम्हाला?''

''वा–वा! असं कसं? अहो, नव्याण्णव वर्षांचा म्हातारा असला तरी त्यालासुद्धा अजून जगावं, हिंडावं-फिरावं– असं वाटतं! मग मी तर अवघ्या साठीत; फक्त आता नव्या डॉक्टरांकडं जावं, तासन्तास थांबावं, महागडी औषधं घ्यावीत आणि उपयोग शून्य– हे नको वाटतं.''

''ते बरोबरच आहे. पण यात डॉक्टर नाही, औषध नाही, खर्च नाही. सगळं काही बसल्याजागी. तेव्हा प्रयत्न करायला काय हरकत आहे? समर्थांनीच म्हटलं आहे– केल्याने होत आहे, परि आधी केलेचि पाहिजे; मात्र तेथे अधिष्ठान पाहिजे भगवंताचे. ते तुमचं आहेच.''

''ठीक आहे. करा तुमचे प्रयत्न. होऊन जाऊ द्या.''

आजोबा उपचाराला तयार झाले, हे पाहून सागरबाबांना बरं वाटलं आणि त्यांनी त्याच दिवशी प्राणायामाची दीक्षा त्यांना दिली. उपचार अगदी सोपे होते. पलंगावर पडल्या-पडल्याच दीर्घ श्वास घ्यायचा, थोडा वेळ कोंडून धरायचा आणि सावकाश सोडायचा. ज्या हात व पायाला अपंगत्व आलं होतं, त्याची वारंवार हालचाल करायची. म्हणजे हात, पाय वर-खाली करायचे, बोटं हलवायची. हे उपचार दिवसातून किमान दोन वेळा– सकाळी व संध्याकाळी करायचे. त्यात अडचणीचं किंवा त्रासाचं काहीच नव्हतं. शिवाय त्यासाठी कोणाची मदतही लागायची नाही. त्यामुळे सोपं होतं.

...आणि आश्चर्य म्हणजे, दोन महिन्यात ते पलंगावर उठून बसू लागले, महिन्यात भिंतीला धरून खोलीत फिरू लागले! ही प्रगती पाहून त्यांचा आत्मविश्वास वाढला आणि या उपचारांचा त्यांना चाळाच लागला. चार महिन्यांत ते अंगणात फिरू लागले.

सागरबाबांनाही याचं आश्चर्य वाटलं. आपण साधा उपाय सांगितला आणि त्याचा एवढा मोठा फायदा झाला! त्यांच्या लक्षात आलं– अर्धांगवाताच्या झटक्यानं त्यांच्या एका बाजूच्या हातापायांच्या शिरा आखडल्या होत्या. प्राणायाम व हालचालींनी त्यांना शुद्ध हवेचा पुरवठा झाला आणि चलनवलन वाढल्यानं त्या मोकळ्या झाल्या. शुद्ध हवेचं आणि शरीराच्या हालचालीचं माणसाच्या प्रकृतीत महत्त्वाचं स्थान असून या दोन्हीकडं प्रत्येकानं लक्ष दिलं, तर माणूस आजारी पडणार नाही; पडलाच, तर लवकरात लवकर बरा होईल आणि त्याचं

आयुष्यही वाढेल, ही बाब बाबांच्या लक्षात आली.

डिसेंबर महिन्याच्या सुरुवातीस महाजन आजोबा काठी घेऊन गावात हिंडू लागले, तेव्हा साऱ्या गावकऱ्यांना आश्चर्य वाटलं. जो-तो त्यांना विचारी– "आजोबा, कुठला धन्वंतरी तुम्हाला भेटला हो?" त्यावर आजोबा उत्तर देत, "अहो, या सागरबाबांनी मला आडव्याचं उभं केलं. त्यांनी मला पुनर्जन्म दिला. मी इतका निराश झालो होतो की, मी पुन्हा चालू शकेन याची मी आशा सोडली होती... पण सागरबाबा भेटले आणि त्यांनी मला आत्मविश्वास दिला."

महाजन आजोबांच्या या सांगण्यामुळं सागरबाबांची प्रसिद्धी गावभर झाली. बाबा नुसते रामदासी नाहीत, तर मोठे वैद्य आहेत– अशी बातमी गावभर पसरली आणि गावातील व आजूबाजूचे लोक लहानसहान आजारांसाठी त्यांच्याकडे धाव घेऊ लागले. त्यामुळे बाबांची पंचाईत झाली. कारण त्यांचं वैद्यकीय ज्ञान थातुरमातुर होतं. परंतु त्यांच्या मनात आलं– लोकांचा आपल्यावर विश्वास बसतो आहे; त्याचा फायदा आपण गावकऱ्यांना चांगल्या सवयीकडे, वर्तनाकडे वळविण्यासाठी केला पाहिजे. बाराक्षार किंवा होमिओपॅथीसारख्या स्वस्त आणि सोप्या उपचारपद्धतीचं प्रशिक्षण आपण घेतलं, तर आपल्या कामाला चांगली जोड होईल.

बाबांचं नशीबही जोरावर होतं. जूनच्या दुसऱ्या आठवड्यात दापोलीत बाराक्षाराचं प्रशिक्षण शिबिर होणार असल्याची जाहिरात प्रसिद्ध झाली. बाबांनी ही कल्पना महाजन आजोबांच्या कानांवर घातली. त्यांनी त्यांना नुसतं प्रोत्साहनच दिलं नाही, तर प्रशिक्षण व औषधांचा सर्व खर्च करण्याची तयारी दर्शवली. त्याचा फायदा घेऊन सागरबाबांनी बाराक्षाराचा कोर्स पूर्ण केला. औषधं विकत आणली आणि कोळथऱ्याच्या समुद्रकिनाऱ्यावर वाळूत सागरबाबांचं 'सूर्य मोफत आरोग्य केंद्र' सुरू झालं. तीन महिन्यांपूर्वी आलेले अनामिक बाबा कोळथऱ्यातील सुशिक्षितांचे वैद्य आणि गरीब अशिक्षितांचे डॉक्टर झाले.

- ० -

चार

जून महिन्याला सुरुवात झाली आणि आकाशात पावसाची चिन्हं दिसू लागली. मात्र सागरबाबांच्या किनारी दिनक्रमात काहीही बदल झाला नव्हता. मे महिन्यात झालेल्या दोन-तीन वळवाच्या पावसानं बाबांची थोडी धावपळ झाली, कपडे भिजले; पण दुसऱ्या दिवशीच्या वाळूवरील कडक उन्हात ते केव्हाच वाळून निघाले. किनारा संपतो, तिथं पूर्वी कुणी तरी एक छोटी धर्मशाळा बांधून ठेवली होती. कोळथऱ्यात आल्यावर अडचणीतील निवारा म्हणून बाबांनी ती स्वच्छ करून ठेवली होती. ज्या वेळी किनाऱ्यावर पाऊस पडत असे, तेव्हा बाबा या धर्मशाळेचा आश्रय घेत. खिचडी शिजवत. एखादे वेळी रात्री झोपतही.

सागरबाबांच्या उपचारांमुळे महाजन आजोबा बरे झाल्यानं आजोबांचे ते दैवत झाले होते. वयानं बाबा मोठे होतेच; आता ते कर्तबगारीनंही आजोबांना मोठे वाटू लागले. बाबांनी शिकवलेले व्यायाम आणि प्राणायाम आयुष्याच्या शेवटापर्यंत करत राहण्याची प्रतिज्ञा आजोबांनी घेतली होती आणि त्यात खंड पडू नये, म्हणून आजोबा रोज पहाटे सहा वाजता बाबांच्याबरोबर प्राणायाम व व्यायाम करण्यासाठी किनाऱ्यावर जाऊ लागले. त्यामुळे दोघांचं साहचर्य अधिक वाढलं. त्यात बाबांची खडतर जीवनपद्धती आजोबांच्या लक्षात आली. खाऱ्या पाण्यात अंघोळ, तीन तास पुरश्चरणासाठी उभं राहणं, खड्या आवाजात गायत्री मंत्र म्हणणं, तीन दगडांच्या चुलीवर खिचडी शिजवणं, तिथंच वाळूत जेवण, वामकुक्षी करणं, वाचणं आणि रात्री झोपणं– आजोबांना मोठं अवघड वाटलं. रामदासांनी नाशिकला हेच सारं केलं हे खरं, पण त्या वेळी सोई नव्हत्या. आता इतका खडतरपणा स्वीकारण्याची गरज नव्हती. त्यातून आता कोणत्याही क्षणी कोकणचा रात्रंदिवस कोसळणारा पाऊस सुरू होण्याची शक्यता होती. त्या वेळी काय करणार आहेत बाबा? म्हणून त्यांनी बाबांना देवळात राहण्यास येण्याची पूर्वी केलेली सूचना पुन्हा केली. पण बाबांनी– "बघू, पाऊस सुरू तर होऊ दे; मग बघू." म्हणून ती धुडकावून लावली,

तेव्हा त्यांचा नाइलाज झाला. पण दोन-तीन दिवसांतच एके रात्री एक अभूतपूर्व घटना घडली आणि बाबांनी नाइलाजानं आपलं बिऱ्हाड देवळात हलवलं.

त्याचं असं झालं– अजून पावसाला सुरुवात झाली नव्हती. या वर्षी तो काहीसा लांबला होता, पण अधून-मधून वळीव खूप जोराचे पडत. त्या दिवशी रात्री बाबा नेहमीप्रमाणे वाळूत झोपले. मध्यरात्री आकाश काळ्याकुट्ट ढगांनी अचानक भरून गेलं. ढगांचा गडगडाट सुरू झाला. विजा चमकू लागल्या. जोराचं वारं सुटल्यानं झाडं गदागदा हलू लागली आणि पावसाचे टपोरे थेंब बाबांच्या पांघरुणावर पडू लागले. काही क्षणांतच पांघरूण भिजलं. त्याच्या गारव्यानं बाबा जागे झाले. पावसाचा जोर पाहून ते अंथरूण गुंडाळून किनाऱ्याशेजारच्या धर्मशाळेत पळाले. त्यांनी पिशवीतली बॅटरी काढली. सुदैवानं धर्मशाळेची फरशी कोरडी होती आणि अंथरूण फारसं भिजलेलं नव्हतं. त्यांनी बॅटरीनं हातातल्या घड्याळात पाहिलं– चार वाजले होते. अजून उठायला दोन तास अवकाश होता. म्हणून ते अंथरुणावर पडले आणि पिशवीतली कोरडी कफनी त्यांनी पांघरली. थोड्याच वेळात त्यांना झोप लागली.

पहाटे सहा वाजता नेहमीप्रमाणे महाजन आजोबा बाबांच्याबरोबर प्राणायाम व व्यायाम करण्यासाठी म्हणून किनाऱ्यावर आले. त्या वेळी पाऊस पूर्ण थांबला होता व सूर्योदयापूर्वीचा प्रकाश फाकू लागला होता, पण बाबा किनाऱ्यावर दिसत नव्हते. म्हणून आजोबा धर्मशाळेजवळ आले आणि तेथील दृश्य पाहून चकितच झाले.

बाबा कफनी डोक्यावरून पांघरून भिंतीकडे तोंड करून गाढ झोपले होते आणि त्यांना टेकून एक बिबळ्या वाघाचं वाघरूही गाढ झोपलं होतं. आजोबा क्षणभर घाबरले. भीतीनं त्यांची बोबडी वळली. काय करावं, तेच त्यांना कळेना. त्यांच्या हातात काठी होती, पण तिचा वापर करणं धोक्याचं होतं. कारण त्यामुळे त्यांचा आणि बाबांचा असे दोघांचेही जीव धोक्यात आले असते. बरं, मोठ्यानं ओरडावं; तर बाबा जागे होऊन वाघानं त्यांच्यावर हल्ला केला असता. म्हणून त्यांनी ठरवलं की, असंच गुपचूप परत जावं. गावातील लोकांना आवाज न करता जागं करावं आणि काठ्या, बॅटऱ्या, मशाली घेऊन परत यावं– म्हणजे आगीच्या प्रकाशानं वाघ जागा होऊन पळून जाईल व बाबा वाचतील. त्यांनी तसंच केलं– आवाज न करता सात-आठ माणसं जागी केली. त्यांनी बरोबर काठ्या, बॅटऱ्या, दोन मशाली घेतल्या आणि धर्मशाळेजवळ आले. ते बोलत नव्हते, पण त्यांच्या हालचालींच्या आवाजानं वाघरू जागं झालं. त्यानं हातांत

काठ्या, बॅटऱ्या आणि मशाली घेतलेली समोरची माणसं पाहिली. त्याला धोका समजला. त्यानं पट्कन धर्मशाळेबाहेर उडी मारली आणि किनाऱ्यावरील वाळूतून वेगानं पळत जाऊन डोंगरावरील झाडीत ते पसार झालं.

लोकांनी नि:श्वास सोडला. नंतर बाबांना जागं केलं आणि त्यांना घडलेली हकिगत सांगितली. ती ऐकून बाबा हसले. एकानं विचारलं, "बाबा, वाघाशेजारी झोपताना तुम्हाला भीती नाही वाटली?"

बाबा म्हणाले, "मी वाघाशेजारी झोपलो नव्हतो; वाघ माझ्याशेजारी झोपला होता. कारण त्याला खात्री होती, माझ्यापासून त्याला काही धोका नव्हता. मित्र कोण आणि शत्रू कोण, हे माणसांपेक्षा प्राण्यांना बरोबर समजतं."

त्यावर आजोबा रागावून म्हणाले, "ते ठीक आहे, पण आम्ही धोका पत्करायला तयार नाही. कोळथरेकरांना सागरबाबा हवे आहेत, म्हणून तुम्ही आज– आत्ता– ताबडतोब देवळात राह्यला जायचं."

इतर सर्वांनीही आजोबांना पाठिंबा दिला आणि बाबांचं बिऱ्हाड किनाऱ्यावरील वाळूतून देवळात हललं आणि बाबांच्या जीवनाला अचानक कलाटणी मिळाली. बाबांनी आपलं बिऱ्हाड देवळात हलवलं खरं, पण आपल्या नावाला शोभेल त्याप्रमाणे दिवसाचा जास्तीत जास्त वेळ किनाऱ्यावरच काढायचं ठरवलं. ते दोन जेवणं, दुपारची वामकुक्षी आणि रात्रीची झोप देवळात घेत आणि प्रातर्विधी, प्राणायाम, व्यायाम, स्नान, पुरश्चरण, सायंकाळची प्रार्थना हे कार्यक्रम किनाऱ्यावर वाळूत घेऊ लागले.

या अगोदर ते दुपारी ३ ते ४ झाडाखाली स्वत:च वाचन व ४ ते ६ आजोबांच्या घरी वाचन करीत. आता त्यांनी ३ ते ५ ही वेळ आजोबांकडच्या वाचनाची ठरवली आणि ५ ते ६ या वेळेत किनाऱ्यावरच 'सूर्य मोफत आरोग्य केंद्र' चालवण्याचं ठरवलं. त्यासाठी तीन पथ्यं निश्चित केली. एक म्हणजे, ५ ते ६ या वेळेतच औषधं द्यायची. दुसरं पथ्य म्हणजे औषध मोफत द्यायचं, पण औषध घेणाऱ्याला प्रार्थनेची सक्ती करायची. आणि तिसरं पथ्य म्हणजे, किरकोळ आजारावरच औषधं द्यायची. मोठ्या आणि गंभीर आजाराचा धोका पत्करायचा नाही. कारण त्यांनी कोणतंही व्यावसायिक शिक्षण घेतलं नव्हतं, त्यामुळे काही विपरीत घडलं तर बाबा अडचणीत आले असते.

महाजन आजोबांचा आजार आणि वाघाशेजारची झोप यामुळे सागरबाबा कोळथऱ्याच्या पंचक्रोशीत चांगलेच प्रसिद्ध झाले. लोकांच्या मनात बाबांविषयी एकाच वेळी आदर आणि दरारा अशा परस्परविरोधी भावना निर्माण झाल्या

होत्या. काहींनी त्यांच्या पूर्वायुष्याविषयी प्रश्न विचारून ते जाणून घेण्याचा प्रयत्न केला, पण बाबांनी हसून, ''अहो, मी एक संन्यासी रामदासी. संन्याशाला पूर्वायुष्य नसतं.'' असं सांगून गावकऱ्यांना त्यांच्या पूर्वायुष्यापासून दूर ठेवलं होतं. त्यामुळे त्यांच्याविषयी अनेक तर्क केले जात, पण बाबा त्याकडे दुर्लक्ष करत.

आरोग्य केंद्र सुरू झाल्यापासून बाबांनी एक नवा उपक्रम सुरू केला. केंद्राच्या वेळेच्या सुरुवातीस ते औषधं नेण्यासाठी आलेल्याची सविस्तर चौकशी करत. त्याच्या घरची स्थिती जाणून घेत. त्याचा आजार चुकीच्या किंवा वाईट सवयीमुळे निर्माण झाल्याचं आढळल्यास ती सवय ताबडतोब सोडण्याचा आग्रह धरत. त्यामुळे बाबांना गावातील सर्व कुटुंबांची तपशीलवार माहिती हळूहळू होऊ लागली. कोळथरे हे गावाचं नाव कोळी लोकांचा थारा म्हणजे आसरा– यातून पडलं होतं. त्यामुळे गावात बहुसंख्य हिंदू कुटुंबांबरोबरच काही मुसलमान व ख्रिश्चन कुटुंबंही होती. त्यांनाही प्रार्थनेत सहभागी होता यावं, म्हणून प्रार्थनेत सर्वधर्मीय प्रार्थनेचा समावेश केला आणि बाकीच्या प्रार्थनाही सर्वांना लागू होतील– खरा तो एकचि धर्म. जगाला प्रेम अर्पावे, पसायदान, सर्वांना सुख लाभावे, सूर्याची प्रार्थना अशा ठेवल्या– साधारण पाच ते साडेपाच हा वेळ औषधं देण्यात जाई. पंधरा मिनिटं प्रार्थना चाले आणि उरलेल्या पंधरा मिनिटांत बाबा श्रोत्यांना नवीन वाटेल अशी काही तरी माहिती, ताज्या बातम्या किंवा एखादी गोष्ट सांगत.

आणि त्यातूनच एका नव्या उपक्रमाचा जन्म झाला. एके दिवशी एक म्हाताऱ्या आजी नातवासाठी औषध न्यायला आल्या होत्या. बाबांनी त्यांची चौकशी करून औषध दिलं. पथ्यपाणी सांगितलं. नंतर प्रार्थना झाली. नंतर बाबांनी काही तरी माहिती सांगितली आणि कार्यक्रम संपणार तेवढ्यात त्या आजींनी बाबांना अचानक प्रश्न विचारला, ''बाबा, तुम्ही देव पाह्यला आहेत?''

त्या अनपेक्षित प्रश्नानं बाबा चमकलेच. काय उत्तर द्यावं? त्यांनी महाजन आजोबांकडं पाह्यलं. तेही या अवघड प्रश्नानं गोंधळल्यासारखे दिसत होते. त्या प्रश्नाचं उत्तर एका शब्दात देण्यासारखं नव्हतं. कारण त्यातून अनेक प्रश्न निर्माण होणार होते आणि त्या सर्व प्रश्नांची उत्तरं देण्याएवढा वेळ नव्हता. शिवाय पटणारी उत्तरं दिली जावीत, यासाठी पूर्ण विचार करण्याची गरज होती. म्हणून सागरबाबा म्हणाले, ''आजी, तुमचा प्रश्न चांगला आहे, पण त्याला उत्तर द्यायला बराच वेळ लागेल. तेवढा वेळ आज नाही, तेव्हा मी तुमच्या

प्रश्नाचं उत्तर उद्या देईन. चालेल?''

"न चालायला काय झालं? उद्या द्या, पण द्या.'' असं म्हणत आजी व इतर श्रोते उठले, निघून गेले. श्रोते गेले, पण बाबांच्या मनात वादळ निर्माण करून.

दुसऱ्या दिवशी दुपारी महाजन आजोबांच्या घरी ते गेले असताना त्यांनी त्यांच्याकडं हा विषय काढला. आजोबांनाही तो हवाच होता. ते म्हणाले, ''मला वाटतं, आपण या प्रश्नाच्या फार खोलात जाऊ नये. कारण या मंडळींचं वाचन फार कमी असल्यानं त्यांना कुठपासून सांगायचं, हा मोठा प्रश्न आहे.''

"शिवाय सर्वसामान्यांच्या मनावर गैरसमजाचा एवढा मोठा पगडा आहे, तो एका दिवसात दूर करता येणार नाही; त्यासाठी खूप दिवस लागतील.'' बाबांनी मत व्यक्त केलं.

त्यावर आजोबा म्हणाले, ''अगदी बरोबर बाबा.'' तेव्हा या प्रश्नाला विचारपूर्वक बाबांनीच उत्तर द्यावं, असा निर्णय होऊन ती चर्चा थांबली.

प्रश्न विचारणाऱ्या आजींनी सागरबाबा आज त्यांनी पाहिलेल्या देवाची माहिती सांगणार आहेत, अशी जाहिरात आजूबाजूच्या घरांतून केली. त्यामुळे संध्याकाळच्या प्रार्थनेला पंधरा-वीस बायका कुतूहलानं हजर राहिल्या; तेव्हा बाबांना व आजोबांना आश्चर्य वाटलं.

नेहमीप्रमाणे सुरुवातीस औषधोपचार, नंतर प्रार्थना असे ठरलेले कार्यक्रम पार पडले आणि बाबा आजींच्या प्रश्नाकडे वळले. ते म्हणाले,

"तुम्ही विचार करायला लागलात, आजींनी प्रश्न विचारला आणि त्याचं उत्तर ऐकण्यासाठी आज तुम्ही मोठ्या संख्येनं हजर राहिलात, त्याबद्दल तुमचं मी अभिनंदन करतो.

"आजींनी विचारलंय– मी देव पाहिला आहे का? त्याचं उत्तर सोपं आहे. देव या शब्दाचा अर्थ आहे, देणारा. जो देतो, तो देव आणि घेतो, तो राक्षस. माझ्या आईनं मला जन्म दिला, दूध पाजलं, मोठं केलं; म्हणून ती माझा देव. वडिलांनी मला जन्म दिला, शिक्षण दिलं, मोठं केलं; म्हणून ते माझे देव. सूर्य मला रोज उष्णता देतो, पाऊस पाडतो, शेत पिकवतो, अन्न देतो; म्हणून सूर्य माझा देव. हे सर्व देव मला दिसतात; मी त्यांना नमस्कार करतो. ते मला आशीर्वाद देतात. आणि विशेष म्हणजे, माझ्या या देवांना फुलं व्हावी लागत नाहीत, नैवेद्य ठेवायला लागत नाही. पटलं का उत्तर आजीबाई?''

बाबांचं उत्तर तसं सोपं होतं, त्यात न पटण्यासारखं काहीच नव्हतं. पण

आजवर असं कुणीच सांगितलं नसल्यानं आजीबाई आणि सर्वांच्या चेहऱ्यावर प्रश्नचिन्ह दिसत होतं आणि ते आजींच्या नव्या प्रश्नातून व्यक्त झालं.

त्या म्हणाल्या, "बाबा, तुमचं उत्तर समजलं आणि पटलं पण. बाबा, घरात देव असतील, तर मग देवळं हवीतच कशाला?"

आजींच्या चौकसपणाचं बाबांना कौतुक वाटलं. ते म्हणाले, "आजी, तुम्ही म्हणता ते अगदी बरोबर आहे, पण त्याचं उत्तर देण्यासाठी बरेच दिवस लागतील. त्यासाठी देव, देवळं, पूजा कशा सुरू झाल्या याची माहिती द्यावी लागेल. मी हे सर्व सांगायला तयार आहे, पण तुम्ही हे ऐकायला रोज याल का?"

"येऊ की. काय गं बायांनो?" आजींनी विचारलं आणि साऱ्यांनी माना डोलावल्या. "त्याचं काय हाय– आमी आजवर कीर्तन, परवचन लई ऐकली; पण नुसतं त्यांनी बोलायचं, आम्ही ऐकायचं. आमच्या शंकांना कुणी उत्तरं दिलीच नाहीत. मग आमाला कसं कळणार?"

"हरकत नाही. तुम्ही रोज या. प्रश्न विचारा. मी तुमच्या साऱ्या प्रश्नांना उत्तरं देईन. मग झालं?" बाबांनी विचारलं.

'चालेल' म्हणून श्रोते पांगले. आजच्या कार्यक्रमावर महाजन आजोबा जाम खूश होते. श्रोते गेल्यावर आजोबांनी बाबांना वाकून नमस्कार केला. म्हणाले, "बाबा, तुम्ही किती सोपं उत्तर दिलंत. अध्यात्म इतकं सोपं आहे, हे आज मला कळलं."

"अहो, मलाही आजच कळलं. अहो, स्वतःचं ज्ञान दाखविण्यासाठी हे विद्वान लोक सोपे प्रश्नही अवघड करून ठेवतात. त्यामुळे इच्छा असूनही लोक अध्यात्माकडं वळत नाहीत आणि विद्वानांचं फावतं. वर्षानुवर्षं पदं अडवून ठेवतात."

आजींनी उपस्थित केलेली चर्चा दोन दिवसांत संपवायची, असा निर्णय बाबांनी मनाशी घेतला आणि त्यासाठी अधिक वेळ मिळावा म्हणून दुसऱ्या दिवशी औषधोपचार व प्रार्थना लवकर आटोपली आणि बाबा बोलू लागले,

"आजींनी काल प्रश्न विचारला होता– देव घरात असतील, तर मग देवळं कशाला? या प्रश्नाचं उत्तर देण्यासाठी खूप मागं जावं लागेल. म्हणजे आपण ज्या जमिनीवर राहतो, शेती करतो; त्या जमिनीला काय म्हणतात?"

"पृथ्वी." कुणी तरी म्हणालं.

"बरोबर! आपण ज्या पृथ्वीवर राहतो, त्याला ग्रह म्हणतात. असे अनेक

ग्रह सूर्याभोवती फिरत असतात. मात्र त्यांपैकी पृथ्वीवरच झाडं, प्राणी, पक्षी, माणसं आणि पाण्यात मासे आहेत. हा सूर्य, हा ग्रह, पृथ्वी कुणी आणि केव्हा निर्माण केली; सांगता येत नाही. म्हणून आपण ती सर्वांत शक्तिमान अशा देवानं केली, असं मानतो. फार पूर्वी पृथ्वी हा सूर्याचा भाग होता. तो फिरता-फिरता तुटला आणि आकाशात स्वत:भोवती व सूर्याभोवती फिरायला लागला. तो थंड झाल्यावर पाऊस पडायला लागला. त्यापासून नद्या आणि समुद्र निर्माण झाले. भूकंपामुळे डोंगर, दऱ्या निर्माण झाल्या. पृथ्वीभोवती सूर्याची उष्णता, जमीन, पाणी, हवा व आकाशाची पोकळी अशी पाच महाभूतं म्हणजे मूळ तत्त्वं निर्माण झाली. त्यातून झाडं उगवू लागली. जंगलं निर्माण झाली. समुद्रात मासे निर्माण झाले. कासवासारखे काही मासे जमिनीवरसुद्धा राहू लागले. त्यातून डुक्कर, माकड व इतर प्राणी निर्माण झाले. चार पायांवर चालणारी माकडं दोन पायांवर चालू लागली. त्यांची शेपटी नाहीशी झाली. मेंदू मोठा झाला आणि माणूस निर्माण झाला. सुरुवातीला गुहेत राहणारा माणूस घरं बांधू लागला, शेती करू लागला. त्यातून गावं वसली. लोक संध्याकाळी गप्पा मारण्यासाठी एकत्र जमू लागले. त्यांना बसण्यासाठी प्रत्येक गावात देवळं बांधली गेली. तिथं प्रार्थनेसाठी म्हणून माणसाला मदत करणारा सूर्य, पाऊस या काल्पनिक देवांच्या चित्रकारांनी, मूतिकारांनी केलेल्या मूर्ती बसविण्यात आल्या व त्यांचे-त्यांचे आभार मानण्यासाठी या मूर्तींची पूजा सुरू झाली.'' एवढं सांगेपर्यंत सहा वाजले, म्हणून बाबा थांबले

दुसऱ्या दिवशी बाबांनी पुढं सुरुवात केली– ''सुरुवातीस असे मोजके देव होते, पण पुढे गुणवान माणसांनाही देव मानण्यात येऊन त्यांची पूजा सुरू झाली आणि राम, कृष्ण यांची देवळं उभी राहिली. गावोगावी देव आणि देवळं यांची गर्दी झाली. प्रत्येकाला आपला देव जास्त आवडतो. त्याचं देऊळ सर्वांत मोठं असावं, या स्पर्धेतून हा देव पावतो– असा प्रचार सुरू झाला आणि लोकही खात्री न करता ठिकठिकाणी गर्दी करू लागले. खूप पैसा मिळावा, धंद्यात यश मिळावं, मुलगा व्हावा, संकट दूर व्हावं यासाठी अभिषेक, एकादष्णी, पारायण, सप्ताह असे प्रकार सुरू झाले. देवांना प्रसन्न करून देतो– असं सांगणारे बाबा, महाराज, स्वामी निघाले. त्यांचे मठ स्थापन झाले आणि आजचा बाजार निर्माण झाला.

''आता आजीबाई– तुम्हीच सांगा– या मूर्ती कशाच्या?''

''मातीच्या किंवा धातूच्या.''

"आता त्या पावतील का?"

"मुळीच नाही!"

"पण कोणी ऐकतच नाही. एक तिथं गेला की, सारं गाव धावतं. आता तुम्हीच सांगा– या न पावणाऱ्या देवांच्या देवळांची गरज आहे का?"

"काय पण नाही!" आजी म्हणाल्या.

"पण आजी, तसं नाही. खेड्यांत देवळाची गरज आहे– एकमेकांना भेटण्यासाठी, शांतपणे बसण्यासाठी, एकमेकांची चौकशी करण्यासाठी आणि मन शांत व शुद्ध व्हावं म्हणून रात्री भजन करण्यासाठी." सर्व जण हसले आणि मोठ्या समाधानानं त्या दिवसाची चर्चा संपली.

- ० -

पाच

जूनच्या अखेरीस पावसानं चांगलाच जोर पकडला आणि किनाऱ्यावर प्राणायाम, व्यायाम, पुरश्चरण करणं अवघड होऊ लागलं. म्हणून ते देवळात सुरू झालं; पण देवळातही संध्याकाळची प्रार्थना, प्रश्नोत्तरं काही दिवशी पावसामुळं रद्द करावी लागली.

तेवढ्यात ज्ञानेश्वरमहाराजांच्या पालखीचा पायी वारी कार्यक्रम बाबांच्या वाचनात आला आणि त्यांच्या मनात आलं– आजपर्यंत आपण अनेक वेळा वारीला जायचा विचार केला, पण प्रत्येक वेळी घरच्यांच्या विरोधामुळं रद्द करावा लागला. आता विरोध करायला कुणी नाही, तेव्हा या वर्षी वारीला जावं. शिवाय, या वर्षी वारी अधिकमासामुळे जूनऐवजी जुलै महिन्यात आहे. म्हणजे पाऊसही कमी असेल. त्याचा फायदा घ्यावा. एक महत्त्वाचा अनुभव मिळेल.

बाबांनी हा विचार महाजन आजोबांच्या कानावर घातला. तो त्यांना आवडला. पण दोनशे किलोमीटर चालणं बाबांना झेपेल का, अशी शंका त्यांनी व्यक्त केली. त्यावर बाबा म्हणाले, "अहो आजोबा, दोनशे किलोमीटर काय एका दिवसात चालायचं आहे का? पंधरा दिवसांत, म्हणजे रोज अवघं तेरा किलोमीटर चालायचं. तेवढं अंतर मी इथंही रोज चालतोय. आणि आजोबा दर वर्षी पायांची ताकद कमी-कमी होत जाणार. तेव्हा पाय चालताहेत, तोवरच वारी करायला हवी." अखेर आजोबांनी बाबांच्या वारीला संमती दिली.

आता प्रश्न उभा राहिला खर्चाचा. वारीच्या वाटेवर राहण्या-खाण्याचा खर्च काहीच नव्हता. मुख्य खर्च होता तो कोळथऱ्याहून पुण्याला जाण्याचा आणि पंढरपूरहून कोळथऱ्याला एस.टी. बसनं परत येण्याचा, वर थोड्या वाटखर्चाचा.

त्यावर आजोबांनी विचारलं, "बाबा, साधारण किती खर्च येईल?"

"अंदाजे एक हजार रुपये." बाबांनी उत्तर दिलं.

"एवढाच ना? मग मी दिला समजा आणि तयारीला लागा. अहो, तुम्ही वारीला जाणं, म्हणजे मीच जाणं आहे.

कारण परत आल्यावर तुमचे अनुभव ऐकायला मिळतील, हा माझा स्वार्थ आहे.''

आजोबांच्या आश्वासनानं बाबांना उत्साह आला आणि त्याच दिवशी सायंकाळी बाबांनी प्रार्थनेच्या सभेत आपला पंढरपूर पायी वारीचा बेत जाहीर केला. तो ऐकून श्रोते हरखूनच गेले. कारण कोळथऱ्यातून आजवर वारीला कुणी गेल्याचं गावकऱ्यांच्या ऐकण्यात नव्हतं. त्यामुळे त्या प्रार्थना सभेत वारीची माहिती सांगण्याचा श्रोत्यांनी बाबांना आग्रह केला.

बाबा म्हणाले, ''८ ते २३ जुलै अशी १५ दिवसांची ही एकादशी ते ती एकादशी अशी आळंदी ते पंढरपूर पायी वारी आहे. मात्र आळंदी ते सासवड हा टप्पा मोठा आणि घाटरस्त्याचा आहे. म्हणून मी सासवड ते पंढरपूर हा सपाटीचा दोनशे किलोमीटरचा रस्ता चालणार आहे. तेरा दिवसांत दोनशे किलोमीटर म्हणजे रोज पंधरा किलोमीटर चालावं लागेल. माणूस रमत-गमत चालला तरी ताशी तीन किलोमीटर चालतो. या हिशोबानं रोज पाच तास चालावं लागेल. सकाळी ६ ते १० आणि दुपारी तीन ते पाच– असं चाललं तरी पुरेसं होईल. वाटेत भरपूर खायला मिळतं आणि रात्री पडायला मला काय, झाडपण चालतं. तेव्हा तुम्हाला वाटतं तेवढं ते अवघड नाही. पंढरपूरला जाईन, चंद्रभागेत स्नान करून कळसाचं दर्शन घेईन, तुमचा नमस्कार विठ्ठलाला सांगेन आणि कोळथऱ्याला बसनं परत येईन. तेव्हा तुम्हा साऱ्यांचा मला आशीर्वाद हवा.'' असं सांगून बाबांनी हात जोडले.

बाबांच्या या बोलण्यानं उपस्थितांचे डोळे पाणावले. त्यांना वाटलं... हा पुण्याचा म्हातारा कोळथऱ्यात येतो काय, त्याला आपला मानतो काय आणि आता कोळथरेकरांचा नमस्कार पांडुरंगाला सांगण्यासाठी चालत पंढरपूरला निघतो काय! प्रत्येकाला वाटलं– बाबा आपल्या कुटुंबातले एक आहेत आणि ते वारीला निघाल्यामुळं त्यांची तयारी करण्याची जबाबदारी आपली आहे. प्रार्थनेच्या सभेत प्रश्न विचारणाऱ्या आजींनी बाबांना प्रवासात खोकला-पडसं होऊ नये म्हणून आल्याच्या वड्या (आलेपाक) करून दिला, महाजन आजींनी चालताना खायला तहानलाडू, भूकलाडू म्हणून लाडू-चिवडा करून दिला. महाजन आजोबांनी बाबांना दोन्ही बाजूला सामान ठेवण्याची सोय असलेली व खांद्यावर अडकवून दोन्ही हात मोकळे ठेवणारी पडशी दिली. तर, एका दुकानदारानं प्रवासात वापरण्यासाठी आपला मोबाईल फोन बाबांना दिला; तो कसा वापरायचा, हे पण शिकवलं. एका चाहत्यानं बाबा झाडाखाली झोपले तरी कपडे भिजणार नाहीत,

असं जाड प्लॅस्टिकचं कापड दिलं.

बाबांची तयारी पूर्ण झाली आणि सर्वांचा निरोप घेऊन बाबा आठ जुलैला दापोली-पुणे बसनं सायंकाळी पुण्याला पोहोचले. त्यांच्या मनात आलं– आपण घर सोडल्याला तीन महिने झाले. मागं काय झालं असेल? पत्नी, मुलगा, सून, नातू कसे असतील? आपण पुन्हा घरी जाणार नाही, पण बाहेरून घराचं दर्शन घ्यायला काय हरकत आहे? ते स्वारगेटहून बसनं शुक्रवार पेठेतल्या आपल्या घरासमोर आले. ते घराच्या पहिल्या मजल्यावर राहत. त्याला पुढं छोटी गॅलरी होती. समोरच्या रस्त्यापलीकडं नागरिकांना बसण्यासाठी महानगरपालिकेनं ठेवलेलं बाक होतं. बाबा त्यावर आरामात बसले. त्यांच्या अंगावर भगवे कपडे होते. दाढी, मिशा वाढलेल्या होत्या. ज्ञानेश्वर-तुकाराम पालख्यांचा मुक्काम त्या दिवशी पुण्यात होता. असेल त्यापैकी एखादा वारकरी, म्हणून त्यांच्याकडं कोणाचं लक्ष गेलं नाही. बाबा गॅलरीकडं पाहत होते.

तेवढ्यात वारकर्‍यांची एक तुकडी तोंडानं ज्ञानबा-तुकाराम म्हणत, हातानं टाळ वाजवत त्या रस्त्यानं आली. त्यांच्या आवाज ऐकून बाबांची पत्नी व नातू गॅलरीत आले आणि बाबांना त्यांचं दर्शन झालं. त्यांनी हात जोडले. पत्नीनं नातवाला सांगितलं, "जा खाली आणि प्रत्येक वारकर्‍याला दोन केळी आणि राजगिर्‍याचे दोन लाडू दे अन् समोरच्या बाकावर बसलेल्या साधूमहाराजांना पण दे."

नातू लाडू-केळ्यांची पिशवी घेऊन खाली रस्त्यावर आला. त्यानं प्रत्येक वारकर्‍याला लाडू-केळी दिली. तो बाबांपाशी आला. बाबांना लाडू-केळी दिली. बाबांनी ती घेतली आणि त्याला कुरवाळून डोक्यावर हात ठेवून आशीर्वाद दिला, "मोठा हो. आजी, आई, बाबांना सुखात ठेव." नातवानं बाबांना वाकून नमस्कार केला आणि पळत घरात गेला.

घरात गेल्यावर बाबांच्या पत्नीनं– गीतानं– त्याला विचारलं, "दिलीस वारकर्‍यांना लाडू-केळी?"

"हो." नातू म्हणाला.

"आणि त्या बाकावर बसलेल्या साधूमहाराजांना?"

"हो, त्यांनाही दिली. आजी, ती घेतल्यावर त्यांनी मला जवळ घेऊन आशीर्वाद दिला– मोठा हो, आजी, आई, बाबांना सुखात ठेव."

'म्हणजे तो साधू, हे होते?' पत्नी धावत गॅलरीत गेली, पण बाकावर कोणीही नव्हतं. तिच्या डोळ्यांत पाणी उभं राहिलं. तिनं शेवटी बाकालाच

नमस्कार केला.

बाबा पुन्हा बसनं स्वागेटला गेले. सासवडची बस पकडून सासवडला पोचले. पुण्याहून निघालेली ज्ञानेश्वरमहाराजांची पालखी सासवडला पोचली होती. गावभर दिंड्या, वारकरी विखुरले होते. ज्ञानबा-तुकारामचा घोष ऐकू येत होता. गावकरी प्रेमानं वारकऱ्यांना फराळाचे पदार्थ, चहा वाटत होते. बाबा एका केंद्रावर थांबले. त्यांनी चहा घेतला. खरं म्हणजे, पुणं सोडल्यापासून त्यांनी चहाही सोडला होता; पण वारीत अपवाद केला होता. तेवढ्यात त्यांच्या पिशवीतला मोबाईल वाजला. कोळथऱ्याचा फोन होता.

"कोण, बाबा का?"

"हो."

"मी कोळथऱ्याहून दुकानदार बोलतो आहे. कुठं आहात?"

"आताच सासवडला पोचलो. प्रवासात काही त्रास झाला नाही. उद्या सकाळी जेजुरीकडं पालखीबरोबर निघेन. उद्या संध्याकाळी फोन करा."

"नमस्कार!" म्हणत फोन बंद झाला.

बाबांनी वाटेवरचं एक देऊळ पाह्यलं. त्याच्या ओसरीत त्यांनी सामान ठेवलं. पिशवीतली नातवानं दिलेली केळी आणि राजगिऱ्याचे लाडू खाल्ले, पाणी प्यायलं. तोपर्यंत अंधार पडायला लागला होता. सबंध दिवस प्रवास झाल्यानं अंग आंबलं होतं, म्हणून बाबांनी पथारी पसरली आणि त्यावर अंग टाकताच त्यांना झोप लागली.

पहाटे रस्त्यावरच्या वर्दळीनं बाबांना जाग आली. आज सकाळी पालखीचा मुक्काम सासवडला असल्यानं तिच्या दर्शनासाठी भाविक लगबगीनं निघाले होते. बाबांनी आडोसा पाहून प्रातर्विधी आटोपले. एका सार्वजनिक नळावर अंघोळ केली आणि ग्रामप्रदक्षिणेला निघाले.

सासवड हे ऐतिहासिक गाव. गावात अनेक पडक्या इमारती. त्यामध्येच एखादी नवी बांधलेली. बाबांनी कऱ्हा नदीकाठच्या सोपानदेव समाधीचं दर्शन घेतलं. नदी कसली– डबकंच ते! त्या तशा पाण्यात वारकरी अंघोळी करत होते. नदीकाठी लोकांनी केलेल्या शौचामुळे चालणंही अवघड होतं. बाबांनी एका वारकरी स्वागत केंद्रावर चहा-नाश्ता घेतला. पावसापासून बचाव व्हावा म्हणून प्लॅस्टिक जाड इरलं विकत घेतलं आणि जिथून पालखी पुढं जाणार होती, त्या पालखी मार्गावर बाबा जाऊन उभे राहिले. तिथं प्रचंड गर्दी होती. त्यातच पालखी आली, तेव्हा खूपच गोंधळ उडाला. पोलीस दर्शनार्थींचे लोंढे मागं हटवत होते;

पण स्त्रिया, म्हातारे, मुलं यांच्यापुढं त्यांचं काही चालत नव्हतं.

पालखी गावाबाहेर पडली, तेव्हा गोंधळ कमी झाला आणि पालखीला गती आली. त्या वेळचं दृश्य सुंदर दिसत होतं. नजर पोचेपर्यंतच्या रस्त्यावर एकाच दिशेनं पुढं चाललेल्या भगव्या पताका दिसत होत्या. पुढं बैलगाडीत नगारा, त्यामागं संस्थानचे सजवलेले घोडे, त्यामागं तेवीस ते एक अशा उलट्या क्रमानं दिंड्या, त्यामागं ज्ञानेश्वरांच्या पादुका असलेला रथ, त्यामागे नजर पोचेपर्यंत दिंड्या– असा विलोभनीय देखावा दिसत होता. तो पाहून बाबांना समाधान वाटलं. दिंड्यांतील वारकरी शिस्तीत एकामागं एक तोंडानं ज्ञानबा-तुकारामचा जय करीत किंवा अभंग म्हणत, हातानं टाळ वाजवत चालले होते.

रस्त्यावरच्या वाहतुकीला बरीच शिस्त होती. एक तर वारीव्यतिरिक्त इतर वाहनांना त्या-त्या दिवशी अशा रस्त्यांवर बंदी होती. रस्त्याच्या उजव्या बाजूला दिंड्यांचे ट्रक, पाण्याचे टँकर, पोलिसांच्या मोटारी आणि रुग्णवाहिका एकामागोमाग चालत होत्या. त्यांच्या डाव्या बाजूला दिंड्यांतील वारकरी चालत होते. त्यांच्याही डाव्या बाजूला दिंड्यांत नसलेले वारकरी स्त्री, पुरुष, मुलं चालत होती. त्यांच्यात ग्रामीण भागातील लोकांचा भरणा अधिक होता. त्यांच्या डाव्या बाजूला ओळीनं अनेक प्रकारची तात्पुरती मांडलेली दुकानं होती. त्यात चहा-फराळाची हॉटेलं, रसाची गुऱ्हाळं, पाण्याच्या बाटल्या विकणारे स्टॉल, इरली विकणारे, दाढ्या करणारे, चपला-बॅगा दुरुस्त करणारे आपली दुकानं मांडून बसले होते. थोडक्यात, वारीत चालणाऱ्यांची प्रत्येक गरज भागविणारी सर्व प्रकारची छोटी दुकानं सर्वांत डाव्या बाजूला होती. त्यामुळे चालणाऱ्यांना त्रास होत नव्हता.

पालखीनं चारपर्यंत सुमारे दहा किलोमीटर अंतर कापलं आणि तेथील एक दृश्य पाहून बाबांना धक्काच बसला. त्या दिवशी द्वादशी होती, म्हणून एका मंडळानं वारकऱ्यांसाठी गोडाचा शिरा वाटण्याचा स्टॉल उभारला होता. त्यांच्यासमोर शेकडो स्त्री-पुरुषांची रांग लागली होती, पण त्यात दिंडीतील एकही वारकरी नव्हता. सर्व असंघटित होते. शिरा वाढणं सुरू झालं आणि एकदम गोंधळ उडाला. मागचे लोक पुढं घुसले, त्यामुळे पुढं चेंगराचेंगरी झाली. त्यांच्या हातांतील शिऱ्याचे द्रोण पडले आणि शिरा पायांखाली तुडवला जाऊ लागला.

बाबांना हे पाहवेना, ते पुढं धावले आणि त्यांनी घुसणाऱ्यांना अडवलं. रांगेला शिस्त आणली. पण पुढचा प्रसंग अधिक वाईट होता. वारकऱ्यांनी तिथंच शिरा खाऊन कचऱ्याच्या टोपलीत द्रोण टाकावा, अशी आयोजकांची अपेक्षा होती. पण गर्दीमुळे ते शक्य होत नव्हतं, म्हणून लोक द्रोण घेऊन पुढं

जात, शिऱ्याची चव घेत आणि आवडला नाही की द्रोणासकट रस्त्याच्या कडेला टाकून देत. अशा टाकलेल्या शेकडो द्रोणांची आणि शिऱ्याची घाण फर्लांगभर अंतरापर्यंत पसरली होती. बाबांना ती अस्वच्छता व शिऱ्याची नासाडी पाहवत नव्हती. त्यांनी अनेकांना सांगून पाहिलं; पण ऐकणार कोण? शेवटी त्यांनी कुठून तरी खराटा मिळवला आणि टाकलेले द्रोण व शिरा झाडून एकत्र केला. एक रामदासी हे काय करतोय, हे पाहून लोक हळहळ व्यक्त करीत; पण एकही जण त्यांच्या मदतीला आला नाही. ते पाहून बाबांनी मनाशी निश्चय केला. असा खाद्यवाटप स्टॉल दिसला की, तिथं थांबायचं. वाटपाला मदत करायची आणि लोकांनी टाकलेल्या पत्रावळी, डिशेस, द्रोण व खाद्यपदार्थ झाडून एकत्र करायचे अन् मगच पुढं जायचं. गाडगेमहाराजांचं अपुरं राहिलेलं स्वच्छतेचं कार्य आपण पुढं चालवायचं. त्यात बाबांना श्रम व्हायचे, उशीर व्हायचा; पण बाबांनी व्रत सोडलं नाही.

सातच्या सुमारास पालखी जेजुरीला पोचली. रथ आणि दिंड्या ठरलेल्या मुक्कामाला गेल्या. इतरांनी आपली जमेल तिथं आणि जमेल तशी सोय लावली. बाबांनीही रस्त्याकडेला एका बंद दुकानाची फळी पकडली आणि अंग टाकलं. दिवसा रस्ता बंद असल्यानं खोळंबून राहिलेल्या खासगी वाहनांची रस्त्यावर रात्रभर वाहतूक सुरू होती, पण दमलेल्या बाबांना जाग आली नाही.

पहाटे पाच वाजताच लोकांच्या कुजबुजीमुळं बाबांना जाग आली. पाहतात तो– वारकरी सामान आवरून चालायला लागले होते. बाबांनीही तोच विचार केला. आणि हाच बाबांचा दिनक्रम पुढचे तेरा दिवस राह्यला. पहाटे पाचला चालायला सुरुवात करावी. वाटेतच दिसेल त्या ओढ्यावर, नळावर प्रातर्विधी व आंघोळ आटोपावी, खाद्यवाटप केंद्राला मदत करावी, स्वतः खावं, दुपारी झाडाखाली तासभर विश्रांती घ्यावी, पुन्हा चालावं, अंधार पडताच मुक्काम करावा.

या क्रमानं बाबा वाल्हे, नीरा, लोणंद, फलटण, नातेपुते, सदाशिवनगर, वाखरी असे मुक्काम करत आषाढी एकादशीच्या आदल्या दिवशी पंढरपूरला पोचले. लोणंदच्या मुक्कामानंतर बाबांनी एक उभं रिंगण पाह्यलं आणि त्याचा आनंद घेतला. त्यांच्या नशिबानं वाटेत कुठंही पाऊस लागला नाही. त्यामुळं इरलं वापरायची वेळच आली नाही. मात्र खुद्द पंढरपुरात पाऊस झाल्यानं चिखलच चिखल झाला होता. त्यातून जपून चालावं लागत होतं आणि गर्दीचा पूर लोटला होता.

बाबांनी कुठं तरी आडोसा पाहून पथारी पसरली आणि अंग टाकलं. पहाटे त्यांना भजनाच्या आवाजानं जाग आली. विठ्ठलाच्या भेटीला दिंड्या निघाल्या होत्या. बाबांनी बाटलीतल्या पाण्यानंच तोंड धुतलं आणि ते गर्दीत सामील झाले. वारकऱ्यांचे लोंढे स्नानासाठी चंद्रभागेकडं निघाले होते. बाबाही नदीकाठी आले, मात्र तिथलं दृश्य पाहून त्यांना पुन्हा धक्का बसला.

लोकांनी केलेल्या प्रातर्विधीमुळं वाळवंट भरून गेलं होतं. ती घाण चुकवून चालणं अवघड जात होतं. त्यांची चंद्रभागेत स्नान करण्याची इच्छा होती... पण कपडे कुठं ठेवायचे, असा प्रश्न होता आणि चोरापासून सावध राहण्याच्या सूचना वारंवार लाऊडस्पीकरवरून देण्यात येत होत्या. म्हणून बाबांनी युक्ती केली. अंगातले सर्व कपडे काढून सामानासह त्याचं बोचकं बांधलं आणि ते डोक्यावर घेऊन पाण्यात शिरले... पण अंघोळ सोडाच, कारण नदीतळ लोकांच्या विष्ठेनं भरला होता; त्या चिकट तळावर उभं राहणंही अवघड जात होतं. त्या स्पर्शानं बाबांच्या अंगावर शहारा आला. त्यांनी फक्त पाण्यात बसकण मारली. खांद्यापर्यंतच अंग भिजवलं आणि पट्कन पाण्याबाहेर येऊन अंग पुसलं व कपडे बदलले. तिथं क्षणभरही उभं राहावं, असं त्यांना वाटत नव्हतं.

कशी तरी आंघोळ झाली. आता दर्शन घ्यावं म्हणून ते मंदिरपरिसरात आले. पण दर्शन घेऊ इच्छिणाऱ्यांची रांग दोन मैल लांब लागली होती. बाबांनी गावकऱ्यांसाठी प्रसाद खरेदी केला आणि जागेवरूनच कळसाचं दर्शन घेतलं. वारीसाठी उभारलेला स्वतंत्र बस स्टँड तडक गाठला. वारी संपली होती, आता त्या गर्दीत क्षणभरही थांबण्याची बाबांची इच्छा नव्हती.

एकामागोमाग एक बस सुटत होत्या. बाबांनी पुण्याला जाणारी बस पकडली आणि गर्दीतून सुटल्याचा निःश्वास सोडला. पंढरपूर ते पुणे पाच तास आणि पुन्हा पुणे ते दापोली सात तास– असा बारा तासांचा प्रवास करून बाबा रात्री नऊ वाजता कोळथऱ्याला पोचले.

या प्रवासात बाबांच्या मनात प्रश्नांचा डोंगर उभा राहिला. या वर्षीच्या वारीनं काय साधलं? बारा लाखांची यात्रा असा नवा उच्चांक प्रस्थापित झाला. कोट्यवधी रुपयांची आर्थिक उलाढाल झाली. व्यापारी व दुकानदारांची चंगळ झाली. किमान दोन लाख गरिबांना पंधरा दिवस फुकट खायला-प्यायला मिळालं. दिंडीतील अर्धा लाख वारकऱ्यांना पंढरीला पायी गेल्याचं समाधान मिळालं. बस– एवढंच? याचसाठी दर वर्षी वारी काढली जाते?

याशिवाय वारीमार्गावर गावोगावी घाण निर्माण झाली, प्रदूषण वाढलं,

शेकडो किलो अन्नाची नासाडी झाली, पंढरपूर गाव आणि चंद्रभागा नदी घाण झाली– त्याचं काय?

लोक विठ्ठलाच्या दर्शनासाठी गेले होते, पण बहुतेकांना कळसाचं दर्शन घेऊनच परतावं लागलं. आणि ज्यांना दर्शन झालं, त्यांना तरी पांडुरंग भेटला असेल? कारण देवाला स्वच्छता आवडते; मग तो घाणीत कसा राहील? एकाच दिवशी अशा बारा लाखांचा विठ्ठलाच्या भेटीचा आग्रह कशासाठी? आणि हे गेली आठशे वर्षं चाललं आहे! कोणी का त्याचा विचार करत नाही? कुणी करो न करो– आपण मात्र करायचा, असा निर्धार करूनच सागरबाबा कोळथऱ्याला परतले.

- ० -

सहा

दुसऱ्या दिवशी बाबांच्या 'जय जय रघुवीर समर्थ' या आरोळीनं बाबा वारीहून परतल्याचं गावकऱ्यांना समजलं. नेहमीप्रमाणे दहा वाजता बाबांनी महाजनांच्या घरापासून भिक्षा मागायला सुरुवात केली. त्यांचा आवाज ऐकून महाजनांच्या घरातील सर्व मंडळी अंगणात आली आणि प्रत्येकानं बाबांच्या पायांना हात लावून वाकून नमस्कार केला. बाबांनी प्रत्येकाला प्रसाद दिला. आजोबांनी तर बाबांना मिठी मारून गळाभेट घेतली.

त्यावर बाबा म्हणाले, "आजोबा, माझ्या पायांना हात लावून नमस्कार करण्याएवढा मी देव थोडाच आहे?"

"अहो बाबा, देवापेक्षा देवमाणसाचा आशीर्वाद जास्त मोठा असतो." आजोबांनी उत्तर दिलं.

बाबा भिक्षेसाठी सबंध गावभर हिंडले; तेव्हा प्रत्येकानं त्यांना वाकून नमस्कार केला, प्रकृतीची चौकशी केली आणि प्रसाद घेतला. ज्या दुकानदारानं बाबांना मोबाईल दिला होता, त्याचा मोबाईल परत करायला बाबा दुकानात गेले. तेव्हा त्यानं हार घालून बाबांचं स्वागत केलं. एवढंच नव्हे, तर 'पंढरपूरच्या पायी वारीहून परतलेल्या सागरबाबांचं कोळथरे नागरिकांकडून मन:पूर्वक स्वागत' असा फलक लिहून त्यांनी दुकानापुढं ठेवला होता.

"तुमच्या मोबाईलचा चांगला उपयोग झाला. धन्यवाद!" बाबा म्हणाले आणि त्याला मोबाईल परत केला.

"अहो बाबा, धन्यवाद काय? तुमच्याशी संध्याकाळी फोनवर बोलल्यावर दुसऱ्या दिवशी सकाळी मी फलकावर 'बाबा कुठं पोचले, कसे आहेत, काय पाहिलं' हे लिहून ठेवायचो आणि गावकरी ते वाचायला रोज दुकानावर यायचे, त्यामुळे लोकांना तुमची खुशाली रोजच्या रोज समजायची."

गावकऱ्यांचं आपल्यावरील प्रेम पाहून बाबांच्या डोळ्यांत अश्रू उभे राहिले.

त्या दिवशी दुपारी महाजन आजोबांच्या घरी वाचनाच्या वेळी बाबांनी आपला वारी-वृत्तांत आजोबांना सविस्तर सांगितला आणि शेवटी म्हणाले,

"आजोबा, मी वारीला जाण्यापूर्वी वर्तमानपत्रांतील बातम्या वाचून केवढी सुंदर चित्रं मनापुढं रंगवली होती; पण प्रत्यक्ष अनुभवांतून निराश झालो."

आजोबांनी विचारलं, "एवढं निराश कशाला व्हायचं?"

"निराश होऊ नको, तर काय करू? समाजातील भेदभाव नष्ट करणारं, समाजपरिवर्तनाचं साधन अशी वारीची जाहिरात केली जाते. ते काही अंशी बरोबरही आहे. आता वारीत किंवा विठ्ठल मंदिरात कोणालाही प्रवेश आहे, हे खरं; पण काही दिंड्यांत सोवळं नेसून ब्राह्मणांची पहिली पंगत कशाला? आणि स्वच्छता हाच परमेश्वर, असं महात्मा गांधी म्हणत; पण वारीत स्वत: गांधींप्रमाणेच स्वच्छतेचा खून झालेला दिसतो. स्वच्छतेकडं कोणीच का लक्ष देत नाही?"

त्यावर आजोबा म्हणाले, "बाबा– मला वाटतं– बेसुमार गर्दी हे अस्वच्छतेचं मुख्य कारण आहे आणि अन्नदान करण्याला बंदी घालणं, हा स्वच्छता टिकविण्याचा एकच मार्ग दिसतो."

"पण आजोबा, एकाच दिवशी गर्दी करू नका– असं कोण सांगणार आणि कोण ऐकणार? आणि तुम्हाला कल्पना नाही– तसं केलं तर व्यापारी, दुकानदार, वाहनचालक तसं करायला विरोध करतील; कारण त्यामुळं त्यांचं उत्पन्न कमी होणार." बाबा म्हणाले.

"याचा अर्थ– लोकांचं प्रबोधन करणं, एवढाच मार्ग दिसतो."

त्या दिवशी सायंकाळच्या प्रार्थना सभेत बाबा वारीची माहिती सांगतील, या कल्पनेनं ती ऐकायला खूप गर्दी झाली होती. बाबांनीही कोळथऱ्याहून निघाल्यापासून कोळथऱ्याला परत येईपर्यंतची सर्व माहिती तपशीलवार सांगितली. दुकानदाराकडचा फळा मागवून घेऊन त्यावर वारी मार्गाचा नकाशाही काढून दाखवला. बाबा वारी काळात नियमित डायरी लिहीत. त्याचा या वेळी उपयोग झाला. त्यांच्या भाषणाच्या शेवटी श्रोत्यांनी काही प्रश्न विचारले. त्यांना बाबांनी समर्पक उत्तरं दिली आणि सभा संपली.

दुसऱ्या दिवशीच जो तुफान पाऊस सुरू झाला, तो आठ दिवस चालू होता. उशिरा पाऊस सुरू झाल्याची भरपाई जणू त्या आठ दिवसांत पावसानं केली. अशा सतत पडणाऱ्या पावसामुळं पुढील आठ दिवस औषधोपचार, प्रार्थना, सभा या दैनंदिन कार्यक्रमांत व्यत्यय आला. मात्र बाबांना वारीतील प्रदूषणानं खूप सर्दी व खोकला झाल्यानं आलेला व्यत्यय उपकारकच ठरला. बाबांना स्वत:कडची औषधं स्वत:च घेऊन आपली प्रकृती पूर्ववत् करण्यास उसंत मिळाली.

पावसामुळे इतर कामांचा वाचलेला वेळ बाबा आणि आजोबांनी वाचनासाठी वापरला. ऋग्वेदाचं वाचन पूर्ण झाल्यानं त्यांनी अथर्ववेद वाचण्यास सुरुवात केली. अथर्ववेदात प्रामुख्यानं मंत्र-तंत्र, जादूटोणा, जारण-मारण यांचे मंत्र दिले होते. अनेक औषधांची माहिती दिली होती. त्या सर्वांचा दोघांनाही फारसा उपयोग नसल्यानं चर्चा अशी झालीच नाही आणि अवघ्या एका आठवड्यात अथर्ववेद वाचून संपला. त्यानंतर दोघांनी यजुर्वेद वाचण्यास घेतला. त्यात विविध यज्ञांची माहिती दिली होती. कोणत्या लाभासाठी कोणता यज्ञ कसा करावा, हे दिलं होतं. ते वाचून वेदकाळात यज्ञामध्ये पशूंची हत्या मोठ्या प्रमाणात होत असे, ही गोष्ट दोघांच्याही लक्षात आली. अर्थात, कोणत्याही कारणासाठी हत्या होणं दोघांनाही मान्य नसल्यानं आणि यज्ञसंस्था आता कालबाह्य झाल्यानं हाही वेद लवकरच वाचून संपला.

वेदकाळी छापण्याची कला अस्तित्वात नसल्यानं सर्व लेखन पाठ करून जतन करावं लागे. ते पाठांतर लवकर व व्यवस्थित व्हावं म्हणून गायनकलेची मदत घेतली जाई. असे पाठ केलेले मंत्र कसे म्हणावेत याची माहिती सामवेदात दिली होती. तिचाही उपयोग दोघांना नसल्यानं हाही वेद लवकर वाचून संपला.

वेदांच्या वाचनानंतर बाबांनी उपनिषदं वाचण्यास घेतली आणि त्यात दोघांनाही उपयुक्त अशी माहिती असल्यानं वाचन काळजीपूर्वक होऊ लागलं व त्यात दोघांनाही रस वाटू लागला. त्यात म्हटलं होतं की, शिष्यांना जवळ बसवून गुरूनं केलेला उपदेश म्हणजे उपनिषद. अशी उपनिषदं जवळजवळ प्रत्येक ऋषीनं लिहिली. त्यामुळे त्यांची संख्या एकशे आठपेक्षा जास्त आहे. मात्र त्यांपैकी तेरा उपनिषदंच महत्त्वाची असल्यानं तीच प्रकाशात आली. या उपनिषदांत विश्वाची व पृथ्वीची उत्पत्ती, जन्म-मृत्यू, मानवी जीवनाचं उद्दिष्ट, आत्मा, पुनर्जन्म, आदर्श आचारधर्म वगैरे महत्त्वाच्या विषयांची चर्चा असल्यानं बाबांना ती वाचण्यात आनंद वाटू लागला.

मात्र एकाच विषयावर दोन उपनिषदांत निरनिराळी मतं असल्यानं कोणतं मत ग्राह्य मानायचं, असा प्रश्न पडू लागला. उदाहरणार्थ– एका उपनिषदात म्हटलं होतं की; देव फक्त एकच असून त्याच्या पूजेसाठी फुलं, अक्षता, गंध, नैवेद्य अशा बाह्य गोष्टींची गरज नसून या देवाची कधीही, कोठेही मानसपूजा केली तरी पुरेशी आहे. तर, दुसऱ्या उपनिषदात म्हटलं होतं की– देव अनेक असून प्रत्येकानं आपल्या आवडीप्रमाणे हव्या त्या देवाची षोडषोपचारे (सोळा प्रकारे) पूजा केल्यास तो देव पावतो. अशा काही देवांचीही त्यात नावं देण्यात

आली होती.

बहुतेक उपनिषदांत माणसानं आयुष्यात विपुल गोधन मिळवावं, गुणी प्रजा निर्माण करावी आणि सर्व प्रकारचे उपभोग घेत आयुष्य जगावं, असं म्हटलं होतं. मोक्ष मिळविण्यासाठी सर्व सुखांचा त्याग करावा, असं कुठंच म्हटलेलं नव्हतं. हे पाहून पुढं संतांनी ज्या सर्वसंग परित्यागाचा प्रचार केला, ती वैराग्य कल्पना कुठून आली– असा प्रश्न दोघांपुढं निर्माण झाला आणि कदाचित बौद्ध धर्माचा हा परिणाम असावा, असं दोघांनाही वाटलं.

विश्वाची किंवा पृथ्वीची निर्मिती देवानं केली. माणसालाही देवानंच निर्माण केलं आणि त्याच्या अन्नासाठी शेताची, पावसाची, धान्याची, फळझाडांची निर्मिती केली– असं म्हटलं होतं. सजीवांचा जन्म-मृत्यू देवच घडवतो, असं सांगून माणसाच्या पुनर्जन्मासाठी आत्मा कारणीभूत असल्याचं सूचित करण्यात आलं होतं. त्याचा विस्तार पुढं गीतेत करण्यात आला.

या उपनिषदात प्रथमच वरीलप्रमाणे काही महत्त्वाच्या बाबींचा उल्लेख असला, तरी त्याची माहिती खूपच त्रोटक असल्यानं व त्या माहितीला कोणताही आधार दिला नसल्यानं त्यावर कसा आणि कितपत विश्वास ठेवायचा, असा प्रश्न दोघांपुढं निर्माण झाला.

वेद आणि उपनिषदं यांच्या वाचनानंतर आता काय वाचायला घ्यावं, असा प्रश्न दोघांपुढं पडला. पण त्यातून बाबांनी मार्ग काढला. ते म्हणाले, "आजोबा, देवाचा शोध हे आपलं– निदान माझं उद्दिष्ट आहे. आणि त्याप्रमाणे भारतीयांचा वेदांवर व उपनिषदांवर जेवढा विश्वास आहे, तेवढाच गीतेवर व ज्ञानेश्वरीवर आहे. किंबहुना, वेद आणि उपनिषदं फार थोडे वाचतात; पण गीता आणि ज्ञानेश्वरी अनेकांच्या वाचनात असते. त्यामुळे या दोन ग्रंथांच्या वाचनाशिवाय आपला शोध पूर्ण होणार नाही."

सागरबाबांची ही सूचना आजोबांना पसंत पडली आणि गीतेच्या वाचनास सुरुवात झाली. वास्तविक, दोघांनीही गीता, ज्ञानेश्वरी पूर्वी वाचली होती, पण ती केवळ धार्मिक बाब म्हणून; पण आता तिची चिकित्सा करायची होती, म्हणून बाबांनी सावकाश वाचन सुरू केलं.

–आणि सुरुवातीलाच वाचनाची गाडी अडली. कारण गीतेत सुरुवातीलाच म्हटलं आहे की, कौरव-पांडवांचं युद्ध सुरू झालं आणि त्यात धृतराष्ट्र सहभागी झाला नसल्यानं त्याला प्रत्यक्ष रणक्षेत्रावर काय चाललं आहे, हे कळेना. तेव्हा संजय बसल्या जागेवरून दिव्य दृष्टीनं रणक्षेत्र पाहून धृतराष्ट्राला वर्णन सांगू लागला.

यावर अशी दिव्य दृष्टी असू शकते का, असा मुद्दा बाबांनी उपस्थित केला. संजय पत्रकार असावा आणि तो रोज रणांगणावर हजर राहून सायंकाळी धृतराष्ट्राला युद्धाचं वृत्त सांगत असावा, अशी शक्यता व्यक्त केली. पण पुराव्या-अभावी निर्णय करता येईना; तेव्हा संजयचा योगाचा अभ्यास असावा व त्याला दूरदृष्टी प्राप्त असावी, असं गृहीत धरून त्या शंकेचा मुद्दा निकालात काढण्यात आला.

प्रत्यक्ष गीतेचं वाचन सुरू झालं असता असं लक्षात आलं की, रणांगणात कौरव-पांडवांचं सैन्य समोरासमोर लढाईसाठी सज्ज झालं; तेव्हा आपल्यासमोर अतिशय आदरणीय गुरुजन आणि जवळचे नातेवाईक उभे असून त्यांना आपण युद्धात मारणार आहोत, हे अर्जुनानं पाहिलं आणि त्याचे हात-पाय गळाले. अशा ज्येष्ठ माणसांच्या हत्येचं पाप नको, म्हणून अर्जुनानं धनुष्य खाली ठेवलं व लढण्याचं नाकारलं. तेव्हा त्याला युद्धासाठी प्रवृत्त करण्याकरिता कृष्णानं अर्जुनाला अठरा अध्यायांच्या माध्यमातून उपदेश केला व अखेर अर्जुन युद्धास प्रवृत्त झाला– असं म्हटलं आहे. आता जी गीता एरवी पूर्ण वाचण्यास कित्येक दिवस लागतात, तर कृष्णालाही सांगण्यास तेवढेच दिवस लागले असणार; मग तोपर्यंत युद्ध थांबलं होतं का, असा प्रश्न बाबांनी उपस्थित केला आणि वाचनाचं काम पुन्हा थांबलं.

बाबांचा प्रश्न बरोबर होता, पण त्याचं उत्तर आजोबांना सुचेना. तेव्हा बाबाच थोडा वेळ थांबून म्हणाले, ''आजोबा, मला असं वाटतं की– महाभारत महर्षी व्यास यांनी लिहिलं आणि त्याचा एक भाग म्हणून गीता आली आहे, तेव्हा गीताही व्यासांनीच लिहिली असावी. रणांगणावर कृष्णानं अर्जुनाला मोजक्या शब्दांतच उपदेश केला असावा, पण स्वत: व्यास मोठे विद्वान होते. त्यांचं वाचन अतिशय दांडगं होतं. त्यांनी वेदांचा, उपनिषदांचा अभ्यास केलेला होता. तेव्हा कृष्णानं केलेल्या उपदेशाचं निमित्त करून व्यासांनीच संकलित तत्त्वज्ञान गीतेतून मांडलं.''

''वा! बाबा, तुम्ही अगदी अचूक उत्तर दिलंत. पण मग गीतेचं श्रेय कृष्णाबरोबरच व्यासांनाही द्यायला हवं.'' आजोबा म्हणाले आणि बाबा नुसते हसले.

थांबलेलं वाचन पुन्हा सुरू झालं. पण काही वेळातच आत्मा आणि पुनर्जन्म या विषयाशी पुन्हा वाचन थांबलं. 'वासांसि जीर्णानि यथाविहाय' या श्लोकातून असं सांगण्यात आलं आहे की, आत्मा अमर असून शरीर मर्त्य आहे. ज्याप्रमाणे माणूस जुनं झालेलं वस्त्र टाकून नवं पांघरतो, त्याप्रमाणे आत्माही जुनं शरीर सोडून नव्या शरीरात प्रवेश करतो; म्हणजेच माणसाचा

पुनर्जन्म होतो.

या श्लोकाशी महाजन आजोबांनी बाबांना थांबविलं व प्रश्न उपस्थित केला, ''बाबा, पुनर्जन्म होतो तो आत्म्याचा की माणसाचा? आणि माणूस कोणाला म्हणायचं? शरीराला की आत्म्याला? आता शरीराला माणूस म्हणायचं झालं, तर मृत्यूनंतर शरीर पुरलं किंवा जाळलं जातं, म्हणजे नष्ट केलं जातं; मग त्याचा पुनर्जन्म कसा होणार? बरं, आत्म्याला माणूस म्हटलं, तर माणसानं केलेली पापं आत्म्याला चिकटणार आणि त्याची शिक्षाही आत्म्याला भोगावी लागणार. हे कसं काय?''

आजोबांच्या या प्रश्नानं बाबाही विचारात पडले आणि त्यांच्या लक्षात आलं की, आत्मा आणि तो अमर आहे असं मानल्यानं हे विचारांचं दुष्टचक्र निर्माण झालं असावं. माणूस जन्माला कसा येतो आणि कसा मरतो, याची माहिती त्या वेळचे ऋषी खुद्द व्यासांनाही नसावी, म्हणून त्यांनी आत्मा मानला असावा व निर्जीव शरीरात आत्म्याने प्रवेश केल्यानंतर ते शरीर सजीव होते व निघून गेल्यावर निर्जीव बनते म्हणजे मरते, अशी मांडणी केली असावी. म्हणून ते म्हणाले, ''पण आजोबा, मुळात आत्मा मानण्याची गरज आहे का? कारण प्रत्येक सजीवाचा जन्म एका जिवंत जीव पेशीपासून होतो, हे आता सिद्ध झालं आहे. ही जीवपेशी नर व मादी यांच्या मीलनातून मादीच्या शरीरात जाते. तिथं नव्या जीवाची गर्भधारणा होते. योग्य वेळी तो जीव जन्मास येऊन वाढत-वाढत म्हातारा होतो व मरतो, हे आपण रोज पाहतो आहोत. म्हणजे, ही सर्व प्रक्रिया कोणत्याही बाह्य आत्म्याशिवाय होत असताना आत्मा मानण्याची गरज उरत नाही व पुनर्जन्माचा प्रश्नही उपस्थित होत नाही.''

''बाबा, तुम्ही म्हणता ते मला पटतं; पण समाजाला पटेल का? कारण गेली दोन हजार वर्षं ही आत्मा आणि पुनर्जन्माची कल्पना हिंदू माणसाच्या मनात घट्ट रुतून बसली आहे. त्यातून तर श्राद्ध, भूतयोनी वगैरे कल्पना उदयास आल्या आणि आम्ही कितीही शिकलो तरी ते सोडायला तयार नाही.'' आजोबांनी आपलं मत व्यक्त केलं.

बाबा म्हणाले, ''ते खरं आहे; पण भेटेल त्याच्याशी चर्चा करून हे पटवून देणं, एवढंच आपल्या हाती आहे.''

त्यानंतर वाचनाला पुन्हा सुरुवात झाली आणि नंतर शंकेचा किंवा प्रश्नाचा अडथळा उत्पन्न न होता गीतेचं वाचन पूर्ण झालं. यापूर्वीच्या इतर वाचनाच्या तुलनेत गीतेसाठी बराच वेळ लागला होता, पण नवं काही शोधून

काढल्याचं समाधानही दोघानांही मिळत होतं.

आध्यात्मिक वाचनापैकी आता फक्त ज्ञानेश्वरी हा मोठा ग्रंथ राहिला होता. पण ज्ञानेश्वरी दोघांनीही पूर्वी वाचली होती. शिवाय ज्ञानेश्वरी म्हणजे गीतेचीच मराठी टीका असल्यानं त्याबाबत अधिक वादविवाद होण्याची शक्यता नव्हती. त्यामुळे बाबांनी ज्ञानेश्वरी वाचण्यास सुरुवात केली. मूळ गीता याआधीच वाचल्यानं व त्याबाबत भरपूर चर्चा झाल्यानं ज्ञानेश्वरी समजणं तसं सोपं जात होतं.

ज्ञानेश्वरीतील भाषासौंदर्य गीतेत नव्हतं. विशेषत: समर्पक उपमा हे ज्ञानेश्वरीचं वैभव होतं. इतक्या छान उपमा ज्ञानेश्वरांना अल्पवयात कशा सुचल्या, याचं दोघांनाही आश्चर्य वाटत होतं. मात्र मूळच्या गीतार्थाची मांडणी आणि त्यावरचं ज्ञानेश्वरांचं भाष्य यामुळे काही अध्याय पाल्हाळीक वाटत होते.

ज्ञानेश्वरीचं आणखी एक निराळेपण बाबांच्या लक्षात आलं. गीतेचा मूळ उद्देश अर्जुनाला युद्धास प्रवृत्त करण्याचा होता. त्यामुळे ह्या ग्रंथाची रचना प्रवृत्तिवादी वाटते. उलट, ज्ञानेश्वर हे संन्यासी होते. माणसानं असार संसारात गुंतून न पडता मोक्षाचा विचार करावा, ही त्यांची धारणा होती. त्यामुळे माणसाचा जन्म किती घाणीतून होतो, हे ठसविण्याचा प्रयत्न त्यांनी एका अध्यायात सविस्तरपणे केला आहे. हे वर्णन इतकं तपशीलवार आहे की, वाचताना अंगावर काटा येतो आणि नको तो मानवजन्म– असं वाचकाला होऊन जातं. 'आधी संसार करावा नेटका' या रामदासांच्या विरुद्धची ज्ञानेश्वरांची भूमिका म्हणूनच बाबांना रुचली नाही. ज्ञानेश्वरीतील ही त्रुटी बाबांनी आजोबांना दाखवून दिली आणि त्यांनाही ती पटली.

सप्टेंबर महिन्याच्या अखेरीस ज्ञानेश्वरीचं वाचन पूर्ण झालं आणि पावसाचा जोरही कमी झाला. ऑक्टोबर महिन्यात दसरा होता. तोपर्यंत पाऊस संपण्याची शक्यता होती. म्हणजे, पुन्हा किनाऱ्यावरील सर्व कार्यक्रम पूर्वीप्रमाणे सुरू होण्याची शक्यता वाटत होती. पाऊस थांबला म्हणजे बाबांना पुन्हा कोणत्या तरी धार्मिक स्थळाला भेट देणं शक्य होणार होतं. कुठं जावं, याचा विचार करत असतानाच रामदासांनी दासबोध रचलेल्या शिवथर घळीला भेट द्यावी, अशी कल्पना बाबांना अचानक सुचली आणि त्यांनी ती पक्की केली.

- ० -

सात

ऑक्टोबर महिन्याच्या दुसऱ्या आठवड्यात सागरबाबांनी शिवथर घळीला जाण्याचं ठरविलं. कारण ऑक्टोबरच्या अखेरीस घळीशेजारचा धबधबा बंद होतो, तेव्हा तो बंद होण्यापूर्वी जाणं आवश्यक होतं. ही घळ वरंधा घाटात आहे, एवढीच माहिती बाबांना होती; पण तिथं कसं जायचं, याची माहिती नव्हती.

ती माहिती महाजन आजोबांनी काढली. दापोलीहून बसनं महाडला जायचं. तिथून घळीत जाण्यासाठी वाहन मिळतं, अशी माहिती समजली. त्याप्रमाणे आजोबांकडून खर्चासाठी दोनशे रुपये आणि पारायणासाठी दासबोधाची पोथी घेऊन बाबा निघाले.

बसचा प्रवास गोवा-मुंबई महामार्गावरून होता. त्यामुळे दोन्ही बाजूला सृष्टिसौंदर्य छान दिसत होतं. पाऊस संपत आल्यानं दोन्ही बाजूला हिरवेगार डोंगर होते. नद्या-नाले खळखळत वाहत होते. घाटाघाटांतून वळणं घेत-घेत बस महाडच्या अलीकडच्या गावी येऊन पोचली. बसमध्ये शिवथर घळीला जाणारे काही प्रवासी होते. तिथंच उतरलं तर घळीत जाण्यासाठी सहा आसनी रिक्षा मिळते, अशी माहिती त्यांच्याकडून मिळाली म्हणून बाबा उतरले व रिक्षानं घळीकडं जाण्यास निघाले.

रिक्षा वरंधा घाटाच्या दिशेनं निघाली आणि थोडं अंतर कापून डाव्या बाजूला डोंगराच्या कुशीत शिरली. तेवढ्यात पावसाची एक छोटी सर आली. बाबांना वाटलं, पाऊस भिजवणार की काय? पण तसं झालं नाही. सर जशी आली तशी निघून गेली. पुन्हा ऊन पडलं.

या मार्गावरचं निसर्गसौंदर्य खरंच प्रेक्षणीय होतं. दोन्ही बाजूला उंच-उंच हिरवेगार डोंगर होते. त्यांच्यामध्ये दरी होती आणि त्या दरीतून रिक्षा वळणं घेत अनेक छोटे-मोठे ओढे ओलांडत डोंगराच्या पोटात शिरत होती. वाटेत रिक्षामधील प्रवासी उतरत होते, नवे चढत होते.

साधारण अर्ध्या तासानं रिक्षा डोंगरापाशी येऊन पोचली.

बाबा उतरले आणि समोरचं दृश्य पाहून चकित झाले. समोरच्या डोंगरातून एक भला मोठा पांढरा शुभ्र धबधबा खालच्या दरीत कोसळत होता. डाव्या बाजूला पुढं आलेली भली मोठी गुहा होती. या घळीचं वर्णन बाबांनी यापूर्वी रामदासांच्या काव्यात वाचलं होतं. त्यामुळे बाबांच्या लक्षात आलं की, हीच ती शिवथर घळ आणि हाच तो धबाबा पडणारा धबधबा.

बाबा घळीपासून सुमारे शंभर फूट अंतरावर होते. त्यामुळे पाण्याचा आवाज लहान होता, पण धबधबा स्पष्ट दिसत होता. आजूबाजूला चहा-फराळाची चार-पाच हॉटेलं होती. ती ओलांडून पंधरा-वीस पायऱ्या चढून बाबा सुंदर मठाच्या कार्यालयात आले. पायऱ्या फार उंच नव्हत्या, पण पावसात भिजलेल्या होत्या. त्यांवरून काळजीपूर्वक चालावं लागत होतं.

बाबांनी कार्यालयात नाव नोंदवलं. पाच दिवस राहून दासबोधाचं पारायण करणार असल्याचं सांगितलं. तेव्हा तिथल्या व्यवस्थापकांनी बाबांना सांगितलं, ''तुम्ही खोलीत जा. सामान ठेवा. हात-पाय धुवा आणि प्रसाद घेण्यासाठी या. हा मुलगा तुम्हाला खोली दाखवेल.''

बाबा सामान घेऊन त्या मुलामागं निघाले. कार्यालयाशेजारी असलेला भोजनगृहाचा हॉल ओलांडून त्याच्या पलीकडे असलेल्या इमारतीत आले. त्या तीन मजली इमारतीत येणाऱ्या पाहुण्यांच्या निवासाची व्यवस्था होती. बरोबरच्या मुलानं कुलूप काढून खोली उघडून दिली. ''बाहेर संडास-बाथरूमची सोय आहे. तिथं हातपाय धुऊन भोजनगृहात प्रसादाला या.'' असं सांगून मुलगा निघून गेला. बाबांनी सामान टेबलावर ठेवलं आणि खोलीकडे नजर टाकली– तो त्यांना सुखद आश्चर्याचा धक्काच बसला.

कारण कोणत्याही छोट्या शहरात असणाऱ्या हॉटेलातील सर्व सुखसोई त्या कडेकपारीतील खोलीत होत्या. फक्त एकच कमी होती– खोलीला अटॅच्ड संडास-बाथरूम नव्हती. बाबांनी कपडे बदलले. बाहेरच असलेल्या नळावर हात-पाय धुतले आणि ते प्रसाद घेण्यासाठी खोलीबाहेर पडणार– तो त्यांच्या लक्षात आलं की, खोलीच्या खिडकीबाहेर लाल तोंडाच्या माकडांची एक टोळीच जमा झाली होती. त्यात माकडिणीच्या छातीला बिलगलेल्या पिल्लापासून मोठ्या हुप्प्यापर्यंत सर्व आकाराची माकडं होती. ही खिडकी उघडी राहिली, तर आपलं सामान काही जागेवर राहणार नाही, हे लक्षात येऊन बाबांनी खिडकी बंद करून खोलीला कुलूप लावलं अन् ते भोजनगृहात गेले.

भोजनगृह चांगलंच मोठं होतं. जेवणासाठी रांगा आखलेल्या होत्या

आणि त्यावर बसण्यासाठी बस्करं मांडलेली होती. बाजूला मोठा स्टँड होता. त्यावर स्टेनलेस स्टीलची ताटं, वाट्या, भांडी, थाळ्या, चमचे व्यवस्थित ठेवलेले होते. दुपारी येणाऱ्या प्रत्येक दर्शनार्थीला समर्थांचा प्रसाद म्हणून खिचडी देण्याची व्यवस्था तिथं होती. बाबांनी स्टँडवरची थाळी-चमचा घेतला. खिचडी घेतली आणि बस्करावर जाऊन बसले.

आपण जी खिचडी रोज खातो, तीच प्रसाद म्हणून मिळाल्याचं पाहून बाबांना गंमत वाटली. बाबांच्या मनात आलं, 'आपण नुकतीच केलेली पंढरपूरची वारी आणि ही घळ यात जमीन-अस्मानाचं अंतर आहे. तिथं काहीच सोय नव्हती आणि इथं प्रत्येक सोय आहे. तिथं एकही डोंगर नव्हता, सारी सपाटी आणि इथं डोंगरांशिवाय काहीच नाही. तिथं अस्वच्छता, अव्यवस्था होती आणि इथं सारं स्वच्छ, सारं व्यवस्थित. दोन्हीही धार्मिकच उपक्रम– मग असा फरक का? योजकस्तत्र दुर्लभ: –दुसरं काय?'

बाबांनी प्रसाद घेतला. थाळी घासून जागेवर ठेवली आणि कार्यालयापाशी आले. व्यवस्थापकांनी त्यांना बोलावलं आणि सांगितलं,

"हे बघा– इथं सकाळी ६ वाजता प्रार्थना, नंतर ७ वाजता चहा, नऊ वाजता न्याहारी, बारा वाजता जेवण, चार वाजता चहा, सात वाजता प्रार्थना, आठ वाजता जेवण– असा कार्यक्रम असतो. इथं येणाऱ्यांनी सकाळ-संध्याकाळी प्रार्थनेत सहभागी झालं पाहिजे, असा आमचा नियम आहे. इतर वेळी तुम्ही वाचन करू शकता, आजूबाजूला हिंडू शकता."

सुरुवातीलाच संपूर्ण दिनक्रमाची माहिती दिल्याबद्दल बाबांना बरं वाटलं. आता त्यांना घाई झाली होती घळ पाहण्याची. कार्यालयाच्या समोरच प्रार्थनेचा हॉल होता. तिथं रामदासांचं मोठं तैलचित्र मांडलं होतं. समोर नंदादीप होता. भिंतीवर त्यांच्या शिष्यांची व देवतांची चित्रं होती. या प्रार्थना हॉलला लागून छोटा रस्ता घळीकडं गेला होता. डाव्या बाजूला डोंगर, उजव्या बाजूला खोल दरी आणि मध्ये रस्ता होता. त्या रस्त्यानं सुमारे पंचवीस पावलं चालून बाबा घळीपाशी आले. समोर पंचवीस फूट उंचीवरून दोन फूट रुंदीचा धबधबा खालच्या पाण्यात कोसळत होता. लोखंडी कठड्याला धरून धबधबा पाहण्याची व्यवस्था होती. सूर्य पश्चिमेकडं कलल्यानं त्याच्या प्रकाशात धबधबा न्हाऊन निघाला होता. त्याचे काही थेंब बाबांच्या अंगावर उडत होते. ते पाहून बाबांचे हात जोडले गेले. निसर्गसौंदर्याला त्यांनी नमस्कार केला.

धबधब्याच्या डाव्या बाजूलाच खूप मोठ्या आकाराची घळ– म्हणजे

डोंगरातली गुहा होती. तिची उंची सहा फूट, लांबी पंचवीस फूट आणि खोली पंधरा फूट असावी. डोक्यावरच्या खडबडीत खडकातून पाण्याचे थेंब ठिबकत होते, त्यामुळे घळीतील जमीन ओली झाली होती.

बाबा गुहेत शिरून पुढं गेले. गुहेच्या मागील बाजूस सुमारे दहा फूट लांब व पाच फूट रुंदीची काचेची खोली होती. तिच्यात रामदास आणि कल्याणस्वामी अशा दोघांचे बसलेले पूर्णाकृती पुतळे होते. समर्थ दासबोध सांगत आहेत आणि कल्याण ते लिहून घेत आहेत, असं ते दृश्य होतं. खोलीत विजेचा प्रकाश होता आणि अतिशय मंद आवाजात 'जय जय रघुवीर समर्थ' या घोषाची धून ऐकू येत होती. बाबांनी समर्थांना हात जोडले आणि ते विलोभनीय दृश्य डोळ्यांत आणि हृदयात साठवून ठेवलं. आपणही काही वेळ तिथं बसावं, असं बाबांना वाटलं. पण खाली ओलं होतं आणि वरून पाण्याचे थेंब टपकत होते. त्यामुळे भिजण्याची भीती होती.

म्हणून बाबा उठले आणि कार्यालयासमोरच्या बाकावर येऊन बसले. तिथून आजूबाजूचा परिसर सुंदर दिसत होता. सभोवार सर्वत्र पसरलेला हिरवा रंग आणि त्यावर पडलेलं चकचकीत ऊन, असा अनोखा रंगाविष्कार पाह्यला मिळत होता. भक्त खासगी वाहनांतून येत होते. धबधबा-घळ पाहत होते. रामदासांचं दर्शन घेत होते. प्रसाद ग्रहण करीत होते. जात होते. आणि पत्र्यावर माकडं दणादणा नाचत होती. माकडचेष्टा करीत होती. लोक हसत होते. एरवी न दिसणारं दृश्य पहात बाबा काही वेळ थांबले आणि खोलीत परतले.

त्या वेळी दोन वाजले होते. तासभर विश्रांती घ्यावी आणि उठल्यावर तासभर दासबोधाचं वाचन करावं, असं बाबांनी मनाशी ठरवलं आणि पलंगावर अंग टाकलं. सहा महिन्यांनंतर बाबा पलंग आणि गादीवर पडले होते. कारण कोळथऱ्यात आल्यापासून किनाऱ्यावरची वाळू किंवा देवळातली फरशी हाच त्यांचा पलंग होता आणि सतरंजी हीच त्यांची गादी होती.

तीन वाजता बाबांना जाग आली. चहाला अजून तासभर अवकाश होता. तेवढ्या वेळात दासबोधवाचनाचं वेळापत्रक तयार करावं, असा त्यांनी विचार केला. दासबोधाची पाचशे पानं होती आणि वेळ पाच दिवसांचा होता, म्हणजे रोज शंभर पानं वाचणं आवश्यक होतं आणि तासाला वीस पानं याप्रमाणे सर्व वाचन वेळेत पूर्ण करणं शक्य होतं. तेव्हा सकाळी नाश्त्यानंतर नऊ ते बारा तीन तास, दुपारी दोन ते चार दोन तास– आणि संध्याकाळी सहा ते सात एक तास असा सहा तासांचा वेळ काढणं शक्य होतं. शिवाय, रात्रीही जेवण झाल्यानंतर एखादा तास वाचता येईल, असं बाबांनी ठरवलं.

या वेळापत्रकाप्रमणं बाबांनी वाचायला सुरुवात केली. ज्ञानेश्वरीपेक्षा टाईप मोठा होता आणि भाषाही अधिक सोपी होती. त्यामुळे वाचन भरभर होत होतं. पहिल्या तासातच वीसच्या जागी पंचवीस पानं वाचून झाली. शिवाय दासबोधात न पटण्यासारखं किंवा आक्षेप घेण्यासारखं असं काहीच नव्हतं. उलट, लोकांना जे पटविण्याचा आग्रह बाबा आणि आजोबा करीत होते, तेच रामदासांनी मांडलं होतं. त्यामुळे काही खटकण्याचा प्रश्नच नव्हता. रामदास वारंवार म्हणत होते की, केवळ अमुक व्यक्ती किंवा ग्रंथ अमुक म्हणतो म्हणून ते स्वीकारू नका; तर ते बरोबर आहे याची खात्री करून मग ते स्वीकारा, आणि बाबांना तेच हवं होतं.

रामदासांनी म्हटलं होतं की, केवळ दगडाला शेंदूर फासला म्हणजे त्यात देवपण येत नसतं. माणूस मेल्यावर त्याचं श्राद्ध घालण्यावरही समर्थांनी टीका केली होती. या समासात एका श्लोकात त्यांनी लिहिलं होतं की, मेलेलं माणूस जेवायला येतं, हा निव्वळ भ्रम आहे. अशा अनेक महत्त्वाच्या श्लोकांची नोंद बाबांनी केली आणि कोळथऱ्याला परत गेल्यावर ते श्लोक आजोबांच्या निदर्शनास आणायचं बाबांनी ठरवलं.

चार वाजता चहापान झाल्यावर बाबा फिरायला बाहेर पडत व सहा वाजता फिरून येत. चार दिवसांत त्यांनी घळीच्या चारही बाजूंना भटकंती केली. अनेक ओढे ओलांडले, काही गावं पालथी घातली, काही टेकड्या चढून गेले. सर्वत्र एकच रंग होता– हिरवा, हिरवा आणि हिरवा. बाबा सकाळी आणि संध्याकाळी अशी दोनदा घळीला भेट देत. काही मिनिटं समर्थांच्या पुतळ्यापुढं उभं राहून त्याला मनोभावे नमस्कार करत.

सकाळी आणि संध्याकाळच्या प्रार्थनेत मनाचे श्लोक, सवाया, समर्थांनी रचलेली गाणी, करुणाष्टकं आणि दासबोधातील काही श्लोक म्हटले जात. ते बाबांना खूप आवडत. एकूण, त्या पाच दिवसांत बाबा समर्थमय झाले होते. बाबा दासबोध मोठ्यांदा वाचत असत. ते वाचन बहुधा कुणी तरी ऐकलं असावं. त्यामुळे तेथील एका कार्यकर्त्यानं प्रत्येक श्लोकानंतर श्रीराम म्हणण्याची सूचना बाबांना केली. पण ती बाबांना न पटल्यानं ती त्यांनी स्वीकारली नाही. त्यांचं म्हणणं होतं की, प्रत्येक समासात रामदासांनी एक विशिष्ट विषय मांडला होता आणि प्रत्येक श्लोक हा त्या विषयाचा भाग असल्यानं दोन श्लोकांमध्ये श्रीराम म्हणण्यानं विषयाची साखळी तुटते व अर्थभंग होतो. बाबांना रामाचं प्रेम जरूर होतं, पण त्यांच्यात रामाची आंधळी भक्ती मात्र नव्हती.

बाबांना रात्री नऊ ते सकाळी पाच असे आठ तास व दुपारी एक तास

असे नऊ तास झोपण्यासाठी मिळायचे. पण त्यांना एवढं झोपण्याची सवय आणि गरज नव्हती. शिवाय शेजारीच धबधबा पडत असल्यानं त्याचा गंभीर आवाज इमारतीत रात्रभर घुमत राहायचा. त्या आवाजानंही बाबा जागे व्हायचे आणि खूप वेळ विचार करत पडून राह्यचे.

दुसऱ्या रात्री असेच विचार करत असताना बाबांच्या मनात आलं– 'आत्ता आपण घळीत गेलो, तर काय होईल? तिथं काय दिसेल? साप हिंडत असतील का? घळीवर दाट झाडी आहे. त्यांतील हिंस्र प्राणी आसऱ्याला घळीत बसले असतील का? पण हा प्रदेश आपल्या ओळखीचा नाही. कोळथऱ्याची गोष्ट निराळी आहे. तिथं खुला किनारा आहे. तरीही एके रात्री वाघरू आलंच, मग इथं विषाची परीक्षा कशाला घ्या? काय नडलंय?'

आणि बाबांनी मध्यरात्री घळीत जाण्याचा विचार मनावेगळा केला व ते झोपी गेले. दुसऱ्या व तिसऱ्या रात्रीही त्यांच्या मनात तोच विचार आला, पण त्यांनी तो दाबून टाकला.

चौथ्या रात्री मात्र निराळंच घडलं. त्याही रात्री त्यांच्या मनात तसाच विचार आला व तो दाबून बाबा झोपले. पण लागोपाठ चार रात्री दाबलेल्या विचारांचं रूपांतर स्वप्नात झालं.

पहाटेच्या सुमारास त्यांना स्वप्न पडलं. आपण निवासाची आणि सभागृहाची कडी काढून सावकाश चालत घळीकडे आलो. पौर्णिमा जवळ आल्यानं वाटेत चांदणं होतं आणि गंभीर आवाजात कोसळणारा धबधबा चांदण्यात आणखी पांढरा दिसत होता. त्याच्याकडं थोडा वेळ पाहून बाबा घळीत–गुहेत शिरले. आणि बाबांना घळीतून कुणी तरी दासबोधातील श्लोक मोठ्यानं म्हणत असल्याचा आवाज आला. बाबांना आश्चर्य वाटलं. पहाटेच्या वेळी अशा अंधारात श्लोक कोण म्हणत असावं?

बाबा सावधपणे पुतळ्यापाशी आले. खुद्द समर्थ रामदासांचा पुतळा श्लोक म्हणत असलेला बाबांना दिसला. बाबा हात जोडून जागच्या जागी उभे राहिले. काही क्षणात पुतळ्याचं श्लोक म्हणणं थांबलं आणि समर्थांनी बाबांकडं पाहून विचारलं, "का आला होतात?"

समर्थ आपल्याला अचानक असं काही विचारतील, याची बाबांना कल्पना नव्हती, त्यामुळं ते गोंधळले. पण समर्थांच्या प्रश्नाला उत्तर देणं आवश्यक होतं. म्हणून काही तरी बोलायचं म्हणून बाबा म्हणाले, "समर्थ, तुमच्या काही चरित्रांतून तुम्ही चमत्कार केल्याचं– विशेषतः एका स्त्रीच्या मरण पावलेल्या

पतीला तीर्थ शिंपडून जिवंत केल्याचं– म्हटलं आहे. ते खरं आहे का?''

समर्थ हसले व गंभीर आवाजात म्हणाले, ''मी लिहिलेल्या लेखनात असं केल्याचं कुठं आढळलं का? नाही ना? आणि गो. नी. दांडेकर यांनी लिहिलेल्या 'दास डोंगरी राहतो' या पुस्तकातील या घटनेचं वर्णन तुम्ही वाचलंत का? त्यात म्हटलं आहे की, तो मनुष्य मेलेलाच नव्हता; बेशुद्ध पडला होता. पण लोकांनी त्याला मेलेला समजून स्मशानात चालवलं होतं. मी पाणी शिंपडलं; तो शुद्धीवर आला– त्यात चमत्कार काय? आणि अहो, मला असे चमत्कार करता येत असते, तर मी शिवाजीमहाराजांना मरू दिलं असतं का? हे भोळे भक्त आमच्यावरील प्रेमानं असं काही तरी लिहितात आणि आमची अडचण करतात. आलं का लक्षात?''

बाबांनी मान हलवली. समर्थांना पुन्हा नमस्कार केला आणि घाईघाईनं खोलीत आले. त्याच क्षणी बाबांना जाग आली आणि स्वप्न संपलं. त्या अनपेक्षित विचित्र स्वप्नानं बाबांच्या अंगाला दरदरून घाम सुटला होता. त्यांना भीती वाटली नव्हती, पण पुतळा बोलला म्हणून ते अचंबित झाले होते. हे स्वप्न कुणाला तरी सांगावं, याची बाबांना घाई झाली होती. पण कुणाला सांगणार? आणि महाजन आजोबांव्यतिरिक्त त्यांच्यावर विश्वास कोण ठेवणार होतं? म्हणजे गावी परत जाईपर्यंत थांबणं भाग होतं.

बाबा पहाटे लवकर उठले. प्रातर्विधी, अंघोळ आटोपली. प्रार्थना व चहा झाला. प्रसाद घेतला आणि ते सामान घेऊन हॉटेलसमोर उभ्या असलेल्या बसपाशी आले. तिथून एवढी एकच थेट बस सकाळी सात वाजता महाडमार्गे मुंबईला जात असे व संध्याकाळी मुक्कामाला येत असे.

बाबा बसमध्ये बसले. घळीचा, धबधब्याचा हात जोडून निरोप घेतला आणि महाड-दापोली बसनं दुपारी चार वाजता कोळथऱ्याला पोचले. महाजन आजोबा बाबांची वाट पाहतच होते. म्हणून बाबा सामान ठेवून थेट आजोबांकडेच गेले आणि त्यांना प्रसाद देऊन प्रवासाचा सर्व वृत्तांत कथन केला. बाबांचं विचित्र स्वप्न ऐकून आजोबांनाही आश्चर्य वाटलं; पण आपण दोघं ज्या पद्धतीनं विचार करतो आहोत, त्याला या घटनेनं पुष्टी मिळाल्यानं दोघांनाही समाधान वाटलं.

- ० -

आठ

ऑक्टोबर महिन्यात दसरा झाला आणि पावसाची अडचण दूर झाल्यानं बाबांचे सर्व कार्यक्रम किनाऱ्यावर वाळूत पूर्ववत् सुरू झाले. फक्त सकाळ-सायंकाळची खिचडी आणि रात्रीच्या झोपेसाठी बाबा देवळाचा वापर करत. मध्यंतरी बाबा वारीला आणि शिवथर घळीला गेल्यानं प्रार्थना सभा थोडी विस्कळित झाली होती. हजेरी थोडी घटली होती. पण आता बाबा तिथंच असल्यानं आणि ऑक्टोबर हीट जाणवू लागल्यानं समुद्रावरून येणारी हवा खाण्याच्या उद्देशानंही प्रार्थना-सभेची उपस्थिती लक्षणीय वाढली होती.

आणि विशेष म्हणजे, श्रोत्यांत काही तरुण व मध्यमवयीन दिसायला लागले होते. त्यामुळे प्रार्थनेनंतर होणाऱ्या चर्चेत चैतन्य निर्माण झालं होतं. दुसऱ्या दिवशी एका तरुणानं थोड्याशा रागानं प्रश्न विचारला, "बाबा, आपला भारत देश हिंदूंचा असताना सर्वधर्मीय प्रार्थना कशासाठी?"

बाबांनी शांतपणे उत्तर दिलं, "हे बघा– भारतात हिंदूंची संख्या अधिक असली तरी इस्लामी देशांप्रमाणे भारत हे हिंदुराष्ट्र नाही. घटनेप्रमाणे या देशात राहणाऱ्या सर्व धर्मांच्या लोकांचा हा देश आहे आणि प्रत्येक धर्म शांततेचा, अहिंसेचाच पुरस्कार करतो. त्यामुळे सर्व धर्मांची प्रार्थना म्हणायला काय हरकत आहे?"

"पण बाबा, आपण हिंदूंनीच इतर धर्मांच्या प्रार्थना म्हटल्यावर हिंदू धर्म टिकून कसा राहणार?" त्या तरुणानं पुन्हा विचारलं.

बाबा म्हणाले, "इतर धर्मांच्या प्रार्थना म्हणण्यानं हिंदू धर्म बुडणार नाही. इतका तो लेचापेचा नाही. अरे, सुरुवातीस आठशे वर्षं मोगलांची आणि नंतर दोनशे वर्षं ब्रिटिशांची आक्रमणं झाली तरी हिंदू धर्म टिकला, तो हिंदू धर्माच्या चिरंतन तत्त्वज्ञानानं आणि सर्वांना सामावून घेण्याच्या वृत्तीमुळं. त्यामुळे इतर धर्मांच्या प्रार्थनांची भीती बाळगण्याची गरज नाही. "

त्यानंतर एका नवविवाहित तरुणीनं प्रश्न विचारला,

"लक्ष्मीची पोथी वाचली, म्हणजे श्रीमंत होता येतं का?'' हा प्रश्न ऐकून बाबा हसले आणि आजोबांना म्हणाले, "आजोबा, या प्रश्नाचं उत्तर तुम्हीच द्या.'

महाजन आजोबा म्हणाले, "ताई, तसं कुठं लिहिलंय?''

"अहो, त्या पोथीतच म्हटलं आहे की– ही पोथी जो कोणी नियमितपणे वाचील, त्याची गरिबी लवकरात लवकर नाहीशी होईल.'' त्या तरुणीनं उत्तर दिलं.

"हे बघा– एक गोष्ट लक्षात घ्या. काम केल्यानं संपत्ती, म्हणजे धन, म्हणजे पैसा निर्माण होतो किंवा वाढतो. नोकरी असेल तर पगार मिळतो आणि व्यवसाय असेल तर नफा मिळतो. पण नुसती पोथी वाचून कसा पैसा मिळणार?''

"पण मग हे लेखक असं खोटं का लिहितात?''

"त्यांची पोथी खपावी म्हणून! उत्तर सोपं आहे.'' बाबांनी हस्तक्षेप करून उत्तर दिलं आणि पुढं म्हणाले, "तुम्ही साऱ्यांनी अशा पोथ्या विकत घेतल्या, तर एकाचीही गरिबी दूर होणार नाही; मात्र ती पोथी लिहिणारा नक्की श्रीमंत होईल.''

या प्रश्नोत्तरानंतर त्या दिवशीची प्रार्थना सभा संपली. लोक निघून गेले. महाजन आजोबा मात्र बाबांशी बराच वेळ वाळूत बोलत बसले होते. अशिक्षितांच्या मनातील देवाविषयीचा भ्रम कसा दूर करता येईल, हा त्यांच्या चर्चेचा विषय होता. त्याचा समारोप करताना बाबा म्हणाले, "अशी पुस्तकं थांबवणं आपल्याला शक्य नाही. तेव्हा प्रबोधन हाच एकमेव मार्ग आहे.''

कोळथऱ्याच्या मुख्य रस्त्यावर गरीब विद्यार्थ्यांसाठी एक मोफत वसतिगृह होतं. तिथला एक मुलगा एके दिवशी अचानक आजारी पडला, म्हणून वसतिगृहाचे प्रमुख त्या आजारी मुलाला घेऊन सायंकाळी बाबांकडे आले. बाबांनी त्याची नाडी पाहिली, किरकोळ प्रश्न विचारले आणि औषधं दिली. बाबांच्या नियमाप्रमाणं ते वसतिगृहप्रमुख व तो मुलगा प्रार्थनेला आणि नंतरच्या प्रश्नोत्तर सभेला थांबला. त्यात अनेक प्रश्न विचारले गेले आणि उत्तरं दिली गेली. ते पाहून ते प्रमुख प्रभावित झाले. त्यांना वाटलं, आपल्या वसतिगृहातील मुलांना ही प्रश्नोत्तरं ऐकता आली, तर ती अधिक शहाणी होतील... म्हणून त्यांनी प्रार्थना सभा संपल्यावर बाबा आणि आजोबांकडे हा मुद्दा मांडला. त्या दोघांनाही ती सूचना आवडली. कारण कोणताही अधिक वेळ न देता अधिक श्रोत्यांचा लाभ होणार होता. शिवाय ती सर्व मुलं तरुण होती. तेव्हा त्यांच्यावर लहानपणीच चांगले

संस्कार करता आले, तर त्याचा मोठा फायदा होणार होता.

...आणि दुसऱ्या दिवसापासूनच वसतिगृहातील मुलं प्रार्थना सभेला येऊ लागली. दोन-दोनच्या रांगेत शिस्तीत ती पाच वाजता येत व त्याच शिस्तीत परत जात. ही मुलं रोज प्रार्थना सभेसाठी येतात, याचं गावकऱ्यांना अप्रूप वाटलं. त्यामुळे त्यांचीही संख्या वाढायला लागली.

या प्रार्थना सभेला स्त्रियाही येत. पण त्यांची संख्या चार-पाच असे. मात्र त्यांचे बहुतेक प्रश्न देवाविषयकच असत आणि असा प्रश्न एखादी स्त्रीच विचारीत असे.

एके दिवशी एका स्त्रीनं प्रश्न विचारला– "बाबा, माणूस कसा जन्माला येतो आणि मेल्यानंतर कुठं जातो?"

बाबांनी प्रश्न ऐकला आणि ते थोडे गोंधळात पडले. कारण माणसाचा जन्म ही बाब प्रौढांच्या चर्चेची होती. मुलांपुढं ती बोलणं योग्य नव्हतं, म्हणून त्या स्त्रीच्या प्रश्नाचा पूर्वार्ध टाळायचा आणि उत्तरार्धाचं उत्तर मात्र सविस्तर द्यायचं, असं त्यांनी ठरवलं. बाबा म्हणाले,

"माणसाचा म्हणजे कोणत्याही स्त्री किंवा पुरुषाचा जन्म कसा होतो, हे सर्वांना माहीत आहे; तेव्हा त्याची चर्चा करण्याची गरज नाही. आता राहिला प्रश्न मृत्यूनंतरचा. मी मागील एका सभेत सांगितलं होतं की– जो जन्माला आला, त्या प्रत्येकाला कधी ना कधी मरावं लागतंच. आता कोणी आजारी पडून, कोणी अपघातात किंवा कोणी बुडून मरेल– पण मरेल हे नक्की.

"माणसाचं किंवा प्राण्याचं शरीर अब्जावधी सूक्ष्म पेशींचं बनलेलं असतं आणि प्रत्येक सजीवाच्या पेशींचं जास्तीत जास्त आयुष्य ठरलेलं असतं. त्यामुळे तेवढं आयुष्य पूर्ण झाल्यावर पेशी हळूहळू काम करेनाशा होतात व एके दिवशी मृत्यू येतो. आता प्रश्न विचारला आहे, 'माणूस मृत्यूनंतर कुठं जातो?' पण तो प्रश्नच अनावश्यक आहे. कारण आपण मेलेल्या माणसाला जाळतो किंवा पुरतो म्हणजे जाळलेल्या माणसाची लगेच राख होते आणि पुरलेल्याची काही दिवसांनी माती होते. तेव्हा मेलेला माणूस कुठंही जात नाही."

"पण बाबा, मग असं का म्हणतात की, चांगली माणसं मेल्यावर स्वर्गात आणि वाईट माणसं नरकात जातात?" त्याच महिलेनं पुरवणी प्रश्न विचारला. आणि त्याला आजोबांनी उत्तर दिलं. ते म्हणाले, "स्वर्ग आणि नरक ही केवळ कल्पना आहे. आकाशात कुठंही स्वर्ग नाही किंवा जमिनीखाली किंवा समुद्राखाली नरक नाही. कदाचित नरकात जावं लागू नये, या भीतीनं तरी लोक चांगलं

वागतील, या अपेक्षेनं पूर्वीच्या लोकांनी ही कल्पना काढली असावी.''

बहुतेकांच्या मनातील प्रश्नावर आज चर्चा झाली, म्हणून सर्व जण खूश होते. प्रार्थना सभेला वसतिगृहातील मुलं नियमितपणानं येत. तिथं चालणारी चर्चा मन लावून ऐकत. मात्र, ती काहीशी बुजरी असल्यानं प्रश्न विचारत नसत. परंतु एके दिवशी प्रार्थना झाल्यानंतर कुणीच प्रश्न विचारेना. त्यामुळे चर्चा सुरू होईना. तेव्हा कुणीही, कोणताही प्रश्न विचारावा, घाबरू नये; आम्हाला जेवढी माहिती आहे ती सांगून प्रश्नाचं उत्तर देऊ. जी माहिती नसेल ती मिळवून देऊ, असं आश्वासन बाबांनी दिल्यानं एका मुलानं भीत-भीत प्रश्न विचारला.

''बाबा, आपण देव न्यायी आहे, सर्वांना समान न्याय देतो– असं नेहमी म्हणतो; पण मग देव काहींना श्रीमंत आणि काहींना गरीब– असं का करतो?''

प्रत्येकाच्या मनात नेहमी घोळणारा प्रश्न त्या मुलानं विचारल्यानं सर्वांनी कान टवकारले. बाबा व आजोबांनाही बरं वाटलं. ते थोडं थांबून म्हणाले, ''हा प्रश्न चांगला आहे. त्याची चर्चा होणं आवश्यक आहे. सुरवातीस सर्वांनी एक गोष्ट लक्षात घेतली पाहिजे की– माणसाच्या जन्माशी देवाचा काहीही संबंध नाही. जन्म ही एक नैसर्गिक क्रिया आहे. पृथ्वीवरील जीवनसाखळी सुरू राहावी, ती थांबू नये, या निसर्गनियमाप्रमाणे सर्व जीव जन्मास येतात. त्यात माणसं म्हणजेच मुलंही जन्मास येतात. आपण एक गोष्ट पाहिली असेल की, निसर्ग सर्वांना सारखंच जन्माला घालतो. म्हणजे प्रत्येकाला दोनच हात, दोनच पाय, दोनच डोळे, दोनच कान आणि एकच डोकं देतो. श्रीमंत आई-बापाच्या मुलाला दोन डोकी किंवा चार हात आणि गरीब माणसाच्या मुलाला लहान डोकं किंवा एकच हात– असा भेद किंवा कमी-जास्तपणा करीत नाही. बरं, श्रीमंत काय किंवा गरीब काय, प्रत्येक मूल सुरुवातीला दोन वर्षं आईच्या दुधावरच वाढतं. म्हणजे अन्नाचाही प्रश्नच येत नाही. बरं, जेवू लागल्यावरही गरिबाला जे अन्न मिळतं, ते त्याला पुरेसं असतं. उलट असं दिसतं की, गरीब मुलं मोकळ्या हवेत वाढत असल्यानं अधिक ताकदवान व निरोगी असतात आणि श्रीमंतांची मुलं बिस्किटं, चॉकलेट अशा शरीराला गरज नसणाऱ्या गोष्टी खाऊन सतत आजारी पडतात.''

''शाळेत जाऊ लागल्यावरही सर्वांना सारखीच बुद्धी असूनही गरीब हुशार होतात आणि श्रीमंत मागं पडतात. आता आई-वडिलांचे गुण-दोष... उदा.– रंग बुद्धी वगैरे मुलांमध्ये येत असल्यानं थोडा फरक पडतो. पण तो लक्षात घेण्याएवढा नसतो.''

"यावरून एक गोष्ट लक्षात येईल की– जो निसर्गानं दिलेल्या हातांचा व बुद्धीचा योग्य वापर करील, तो पुढं जाणार आणि वापर न करणारा मागं पडणार. त्यात श्रीमंती-गरिबीचा काही संबंध नाही. म्हणजे निसर्गानं– म्हणजेच तुमच्या देवानं सर्वांना सारखं दिलं आहे. त्यात पक्षपात, भेदाभेद, अन्याय केलेला नाही. न्यायच केला आहे. अन्याय केला आहे तो आपण माणसांनी केला आहे. जगण्याची, शिकण्याची, मोठं होण्याची साधनं आजवर श्रीमंतांनी स्वार्थी बुद्धीनं स्वत:च्या हातात ठेवून गरिबांना वाऱ्यावर सोडलं आहे. त्यामुळे श्रीमंत अधिक श्रीमंत होतात, गरीब अधिक गरीब होतात."

बाबांच्या बोलण्यात हस्तक्षेप करून महाजन आजोबा म्हणाले, "आणि श्रीमंतांनी गरिबांवर आजवर केलेला अन्याय दूर करण्यासाठी सरकारनं आता गरिबांच्या मुलांना मोफत शिक्षणाची, शाळेतच दुपारचं जेवण देण्याची, पुस्तकं-वह्या-गणवेश मोफत देण्याची व्यवस्था केली आहे. त्यामुळे आता तरी गरिबांवर होणारा अन्याय काही प्रमाणात दूर झाला आहे."

आजोबांचं बोलणं ऐकताच एक शिक्षक आपल्या विद्यार्थ्यांच्या मदतीला धावले. ते म्हणाले, "बाबा आणि आजोबा, तुम्ही दोघांनी सांगितलं, ते पटलं. पण वस्तुस्थिती अशी आहे की, सरकार खूप चांगल्या योजना जाहीर करतं, त्याप्रमाणे पैसाही खर्च होतो; पण त्या योजनांचा लाभ गरिबांपर्यंत पोचतच नाही. कारण मुलांना फुकट वाटावयाचा तांदूळ मुख्याध्यापकाच्या घरात आणि तिथून काळ्या बाजारात पोचतो, तर फुकट धान्य गरीबांपर्यंत पोचतच नाही. मग त्याचा उपयोग काय?"

बाबा म्हणाले, "तुम्ही म्हणता तसं प्रत्येक ठिकाणी होत नाही. काही ठिकाणी होत आहे हे खरं आहे, पण प्रत्येक ठिकाणी सरकार काय करणार?"

"धान्य वाटपावर लक्ष ठेवण्यासाठी निरीक्षक ठेवावा." एका विद्यार्थ्यानं उपाय सुचविला.

बाबा हसले आणि म्हणाले, "आणि त्या निरीक्षकांनीच भ्रष्टाचार केला तर? त्यावर काय पोलीस ठेवायचा? आणि तो पोलीसच संगनमतानं भ्रष्टाचार करणार नाही याची खात्री काय? आज असंच होतं आहे. शेताचं रक्षण करण्यासाठी बांधलेलं तारेचं कुंपणच शेत खातं, अशी आजची स्थिती आहे."

"म्हणजे, सर्व अनर्थाच्या मुळाशी भ्रष्टाचार ही खरी समस्या आहे." असं सांगून महाजन आजोबांनी चर्चेचा समारोप केला आणि प्रार्थना सभा संपली. श्रोते पांगले– पण बाबा आणि आजोबांच्या डोक्यात विचारांचं वादळ निर्माण करून.

दुसऱ्या दिवसभर दोघंही भ्रष्टाचार या एकाच विषयाचा विचार करत होते आणि दुपारच्या वाचनाच्या तासाला या प्रश्नाला तोंड फुटलं. बाबांनी विचारलं,

"काय हो आजोबा, देशाचं राहू दे– आपण आपल्या कोळथऱ्याच्या परिसरातला भ्रष्टाचार दूर होण्यासाठी काय करू शकू?"

"कोळथऱ्यात हा प्रश्न तसा मोठा नाही. कारण गाव लहान आहे, सर्वजण एकमेकांना ओळखतात. त्यामुळे काही गैर घडलं, तर लगेच ओरडा होतो. भ्रष्टाचाराची ही समस्या दूरच्या गावांमध्ये जास्त आहे. कारण चार-पाच गावं मिळून एखादं रेशन दुकान असतं. जेव्हा धान्य येतं, तेव्हा लोकांकडे पैसा नसतो आणि पैसा असतो, तेव्हा धान्य नसतं. त्यामुळे ते काळ्या बाजारात जातं आणि कित्येकदा लोकही पैशाच्या अडचणीमुळे धान्य मिळाल्याचं कार्डावर लिहून घेऊन खर्चापुरते पैसे मिळवतात."

"पण बाबा, हा प्रश्न पुढचा आहे. आधी सरकारच्या योजना तर काय आहेत. त्यात कोणते लाभ मिळतात याची माहिती मिळवली पाहिजे; म्हणजे भ्रष्टाचार किती व कसा होतो ते समजेल आणि मग तो कसा दूर करायचा, ते ठरविता येईल. मला तर अनेकदा वाटतं की, बोललं जातं तेवढा तो मोठा नसावा. हे विरोधी पुढारी आणि वर्तमानपत्रं उगीच साप समजून भुईच धोपटत असावेत."

"आजोबा, तुम्ही म्हणता ते अगदी बरोबर आहे. आपण ना सरकारी पक्षाचे, ना विरोधकांचे. तेव्हा आपण खरी माहिती मिळवून मगच यात हात घातला पाहिजे. मी उद्याच तालुक्याला जाऊन ही माहिती काढतो." बाबा म्हणाले आणि दुसऱ्या दिवशीच दापोलीला गेले.

महाजन आजोबांच्या ओळखीचे एक गृहस्थ दापोलीच्या तहसीलदार ऑफिसमध्ये नोकरीला होते. त्यांनी बाबांचं स्वागतच केलं. ते म्हणाले, "सरकारी योजनांचा लाभ शंभर टक्के गरिबांपर्यंत पोचत नाही, हे आम्हालाही माहीत आहे; पण तशी दक्षता यंत्रणा आमच्याकडं नाही. त्यामुळे आम्ही काहीच करू शकत नाही. तुम्ही आम्हाला भ्रष्टाचाराची उदाहरणं पुराव्यासकट दिलीत, तर आम्ही नक्की कडक कारवाई करू. तसे अधिकार आम्हाला आहेत."

आणि त्या अधिकाऱ्यानं बाबांना निरनिराळ्या सरकारी योजना, त्यांच्या लाभाचं स्वरूप याचं छापील पत्रकच दिलं. ते बाबांनी वाचून काढलं. त्यात गरिबांना मोफत धान्यपुरवठा, निराधारांना मासिक पेन्शन योजना, निराधार ज्येष्ठ नागरिकांना पेन्शन योजना, गर्भवती स्त्रियांसाठी सकस आहार योजना अशा

किती तरी चांगल्या योजना होत्या.

त्याबाबत बाबांनी आजोबांशी चर्चा केली. तेव्हा आजोबांनाही आश्चर्य वाटलं. सरकार गरिबांसाठी इतकं करीत असताना गरिबांचे हाल का, हे त्यांच्या लक्षात येईना. तेव्हा अशा लाभधारकांशी प्रत्यक्ष बोललं तरच वस्तुस्थिती समजू शकेल, या निणर्याप्रत ते आले. पण खेड्यांतून जाणार कोण, असा प्रश्न दोघांपुढं उभा राहिला आणि बाबांना गरीब विद्यार्थी वसतिगृहाची पट्कन आठवण झाली.

बाबा म्हणाले, "आजोबा, यासाठी आपल्याच वसतिगृहाची मदत घेता येईल. कारण तिथली मुलं आजूबाजूच्या गावांतून राहणारी आहेत. ती अधून-मधून घरी जातात. तेव्हा त्यांना ही माहिती सहज मिळवता येईल." तेव्हा याबाबत वसतिगृहप्रमुखांशी बोलावं, असं ठरवून ते त्याच दिवशी वसतिगृहात गेले.

बाबा आणि आजोबा आज अचानक न सांगता वसतिगृहात आले, हे पाहून प्रमुखांना आश्चर्य वाटलं. त्यांनी दोघांचं स्वागत केलं. बसायला खुर्च्या दिल्या. चहा सांगितला.

बाबा म्हणाले, "हे बघा सर, सरकारी योजनांचा फायदा गरिबांना का मिळत नाही, हे शोधायचं आम्ही ठरवलं आहे. त्यासाठी तुमच्या विद्यार्थ्यांची मदत पाहिजे."

"नक्की! अहो, तुम्ही आमच्यासाठी एवढं करता आहात; मग मदत करणं आमचं कामच आहे. कारण त्यात मुलांचा फायदाच आहे. बोला, काय मदत करू?" प्रमुख म्हणाले.

"मुलांना एकत्र केलंत, तर त्यांना योजना समजावून देता येईल." बाबा म्हणाले.

"हो, लगेच." आणि त्यांनी टेबलावरील घंटा वाजवली. शिपाई आला. त्याला मुलांना हॉलमध्ये जमविण्याची सूचना दिली. तेवढ्यात चहा आला. तो घेऊन दोघं हॉलमध्ये गेले.

रांगेत बसलेल्या मुलांपुढे बाबांनी बोलायला सुरुवात केली–

"हे बघा विद्यार्थ्यांनो, आम्ही गरिबांसाठी सरकार करीत असलेल्या योजनांची माहिती गोळा करत आहोत. त्यासाठी तुमची मदत हवी आहे. तुम्ही फक्त एवढंच करायचं– पुढील चार प्रश्नांची माहिती पुन्हा जेव्हा गावी जाल, तेव्हा मिळवायची आणि आम्हाला आणून द्यायची. जमेल ना?"

“होऽऽऽ!” मुलांनी एका सुरात मोठ्यांदा उत्तर दिलं.

आणि बाबांनी फळ्यावर पुढील चार प्रश्न लिहिले.

१. तुमच्या गावात किती सरकारी योजनांची माहिती आहे?

२. गावात किती जणांना सरकारी मोफत धान्य मिळतं? मिळत नसल्यास का?

३. गावात निराधार वृद्ध किती? त्यापैकी कितींना सरकारी पेन्शन मिळतं?

४. गावात गर्भवती स्त्रिया किती? त्यांपैकी कितींना पोषक आहार योजनेचा फायदा मिळतो?

“याबाबत काही शंका आहे?”

“नाही.” मुलांनी उत्तर दिलं आणि बाबा व आजोबा वसतिगृहातून घरी जाण्यास निघाले. वाटेत आजोबा म्हणाले,

“बाबा, तुमची कमाल आहे! तुम्ही स्वत:ला रामदासी बाबा म्हणवता आणि देव-देव करायचं सोडून या नसत्या उद्योगात डोकावता?”

“आजोबा, तुम्हाला रामदासांचं चरित्र माहीत आहे ना? मराठा तितुका मिळविण्याची, महाराष्ट्र धर्म वाढविण्याची रामदासांना काय गरज होती? कारण देव व देश ही एकाच रथाची दोन चाकं आहेत. ती दोन्ही ठीक असतील, तरच रामराज्य येणार, हे त्यांना माहीत होतं; म्हणून त्यांनी रामभक्त वाढविण्याबरोबरच शिवाजीमहाराजांनाही मदत केली. देशाला स्वातंत्र्य मिळालं आणि दोन्हींची फारकत झाली. सत्ताधाऱ्यांनी देवपणा सोडला आणि देव-देव करणाऱ्यांनी देशाकडं दुर्लक्ष केलं, म्हणून आजची ही बिकट स्थिती!” बाबा नि:श्वास सोडत म्हणाले.

“बाबा, तुम्ही म्हणता ते अगदी बरोबर आहे. प्रत्येकानं देशासाठी जमेल ते आणि जमेल तेवढं केलंच पाहिजे.”

देऊळ आलं, म्हणून बोलणं थांबवून दोघं आपापल्या घरी गेले.

- ० -

नऊ

ऑक्टोबर महिना संपत आला. बाबांचा पहाटेचा प्राणायाम, व्यायाम, नंतरचं पुरश्चरण, भिक्षा मागणं, दुपारचं आजोबांकडचं वाचन, सायंकाळची किनाऱ्यावरील वाळूतील प्रार्थना सभा वगैरे दैनंदिन कार्यक्रम नियमितपणे सुरू होते. पण एके दिवशी वसतिगृहाचे प्रमुख बाबांना भेटायला आले आणि त्यांच्या नव्या सूचनेमुळे दैनंदिन कार्यक्रमात बदल होण्याची शक्यता दिसू लागली.

ते म्हणाले, ''बाबा, मी आज तुमच्याकडे दोन कामांसाठी आलो आहे. पहिलं काम– सरकारी योजनांचं. त्यांची माहिती विद्यार्थ्यांमार्फत मिळविण्याचं काम सुरू आहे. ती माहिती हाती येताच मी तुमच्याकडं आणून देईन.

''दुसरं काम आहे संध्याकाळच्या प्रार्थनेबाबतचं. म्हणजे, या प्रार्थनेला आमचे विद्यार्थी हजर राहतात, चर्चा आवडते असंही दिसतं. पण आमची एक मोठी अडचण आहे की, बरेच विद्यार्थी पाचपर्यंत शाळेतून परत येत नाहीत. विशेषत: दापोलीला जाणाऱ्या विद्यार्थ्यांना परत यायला सहा वाजतात. त्यामुळे तुमच्या प्रार्थनेत, चर्चेत त्यांना सहभागी होता येत नाही. शिवाय त्या वेळी होणारी बहुतेक चर्चा धार्मिक असते. ती लहान मुलांच्या डोक्यावरून जाते. तेव्हा तुम्ही आमच्या वसतिगृहासाठी म्हणून सहा ते सात अशी स्वतंत्र प्रार्थना व चर्चा घेऊ शकाल का? तिथं जागेची, विजेची दोन्ही सोय आहे.''

ती सूचना ऐकून बाबा थोडे गोंधळात पडले. विद्यार्थ्यांच्या म्हणजे तरुणांच्या जवळ जाण्याची ही चांगली संधी होती; पण आपल्याला हे वाढीव काम कितपत जमेल, याची त्यांना शंका वाटत होती. म्हणून एकदम 'हो' म्हणण्याऐवजी आजोबांशी बोलून निर्णय घ्यावा, असं त्यांनी ठरविलं आणि म्हणाले, ''तुमची सूचना वरवर पाहता चांगली दिसते, पण मी महाजन आजोबांशी बोलतो आणि तुम्हाला सांगतो.''

'चालेल' म्हणून प्रमुख निघून गेले. बाबांनी त्याच दिवशी दुपारी वाचनाच्या वेळी ही बाब आजोबांच्या कानावर घातली. ती ऐकून आजोबा खूश झाले. म्हणाले, ''बाबा, ही

सूचना म्हणजे आपल्या कामाच्या यशाची पावती आहे. आपली चर्चा लोकांना उपयुक्त वाटते, म्हणून तर ही सूचना आली. आणि खरं सांगू का? आपली देवाबाबतची चर्चा मुख्यत: प्रौढ आणि म्हाताऱ्यांसाठी उपयुक्त असते; त्यात तरुण पिढीला गोवणं मला बरोबर वाटतच नव्हतं. कारण तरुणांसाठी इतिहास, भूगोल, विज्ञान या विषयांची चर्चा हवी. त्यामुळे ही मुलं अधिक शहाणी होतील. पण पर्याय नव्हता, म्हणून मी बोललो नव्हतो. आता आपण होऊन पर्याय पुढे आला आहे, तेव्हा आपण तो विनाविलंब स्वीकारावा, असं मला वाटतं.''

''पण बाबा, माझा इतका अभ्यास नाही. शिवाय आपल्याकडं त्या विषयांची पुस्तकंही नाहीत. तेव्हा मला एकट्याला कितपत जमेल?'' बाबांनी शंका व्यक्त केली.

पण लगेच आजोबा म्हणाले, ''तुम्ही एकटे का– मी आहे ना तुमच्यासोबत! आणि पुस्तकांचं म्हणाल, तर लागतील ती पुस्तकं विकत आणू. आणि हो– या निमित्तानं मला एक आठवलं. नुकतंच मी एका पुस्तकाचं परीक्षण वाचलं. त्याचं नाव आहे, 'किमयागार'. त्यामध्ये म्हणे, जगाच्या उपत्तीपासून आजवर निर्माण झालेल्या सर्व शास्त्रांचा इतिहास, त्यात लागलेले निरनिराळे शोध, ते लावणाऱ्या शास्त्रज्ञांची चरित्रं अशी माहिती दिली आहे. समीक्षकांनी या पुस्तकाची स्तुती करताना म्हटलं आहे की, बहुतेक सुसंस्कृत मराठी कुटुंबांत ज्ञानेश्वरी असते; आता आजच्या विज्ञानयुगात उपयुक्त पडणारी ही विज्ञानेश्वरी प्रत्येक घरी हवी, एवढी या ग्रंथाची योग्यता आहे. आपण वैज्ञानिक दृष्टिकोन नव्या तरुण पिढीत यावा असं नेहमी म्हणतो, हे उद्दिष्ट या ग्रंथामुळे गाठता येईल. बाबा, हे पुस्तक मी ताबडतोब आणतो. त्याचं वाचन आपण वसतिगृहातील विद्यार्थ्यांपुढं करू.''

आजोबांचा उत्साह पाहून बाबांना 'होय' म्हणण्याशिवाय गत्यंतरच राहिलं नाही. आणि वसतिगृहात संध्याकाळी सहा ते सात या वेळेत निराळी प्रार्थना सभा घेण्याची सूचना मान्य करण्यात आली.

त्याप्रमाणे प्रमुखांना सांगण्यासाठी बाबा दुसऱ्या दिवशी वसतिगृहात गेले. प्रमुखांनी त्यांचं स्वागत केलं. ते म्हणाले, ''बाबा, मी तुमच्याकडे येणारच होतो. बरं झालं, तुम्ही आला ते. तुम्ही मुलांवर सोपवलेलं काम पार पडलं आहे. हे घ्या मुलांचे रिपोर्ट–'' असं म्हणत त्यांनी रिपोर्टांचा गठ्ठा बाबांच्या हाती सोपवला.

बाबा हसत म्हणाले, ''वा! छान! एका भेटीत दोन कामं झाली.''

''दुसरं कुठलं?'' प्रमुखांनी विचारलं.

''अहो, तुम्ही केलेली वसतिगृहात मुलांसाठी स्वतंत्र प्रार्थना सभा घेण्याची

सूचना आम्ही स्वीकारली आहे. फक्त मुलांनी प्रश्न विचारण्याची वाट पाहात न बसता मी मुलांना भूगोल आणि विज्ञान शिकवणार आहे, आजोबा इतिहास. आधी प्रार्थना, मग आम्ही बोलू. मग विद्यार्थी प्रश्न विचारतील. पुढच्या आठवड्यापासून सुरू करू.''

''वा! वा! वा! बाबा, म्हणजे आंधळा मागतो एक डोळा अन् बाबा-आजोबा देतात दोन– असं झालं की! अहो, त्यानिमित्तानं मुलांचा अभ्यास आपोआप होईल.'' प्रमुख आनंदून म्हणाले,

''ठीक आहे. मी मुलांचे रिपोर्ट पाहतो, नंतर बोलतो.'' असं सांगून बाबा निघून गेले.

सरकारी योजनांबाबत विद्यार्थ्यांचे रिपोर्ट काय आहेत याचं बाबांना मोठं कुतूहल होतं. त्यामुळे त्यांनी घरी येताच जेवण झाल्याबरोबर लगेच रिपोर्ट चाळण्यास सुरुवात केली. आणि त्यांच्या दोन प्रतिक्रिया झाल्या. रिपोर्ट लिहिणारी मुलं खेड्यातील असूनही त्यांनी व्यवस्थित माहिती दिली होती, याबद्दल त्यांना आनंद वाटला. मात्र मुलांचे निष्कर्ष वाचून बाबा निराश झाले. कारण त्यांच्या अपेक्षेपेक्षा निराळीच माहिती मुलांनी आणली होती. बाबा आणि आजोबा यांची अपेक्षा होती की, हे रिपोर्ट मोठ्या गैरव्यवहारांवर प्रकाश टाकतील. तसे काही गैरव्यवहार मुलांच्या अहवालात दिलेही होते, परंतु ते नाइलाजानं घडत असल्याचं दिसत होतं. म्हणजे, कल्पनेपेक्षा वास्तव निराळं होतं.

बाबांनी चार प्रश्न विचारले होते. पहिला प्रश्न होता– सरकारी योजनांची लोकांना कितपत माहिती आहे? याचं उत्तर– लोकांना बहुतेक योजना माहीत आहेत, परंतु त्यातील व्यावहारिक अडचणीमुळे त्यांचा लाभ लोकांना घेता येत नाही, असं दिलं होतं. त्याचा तपशील आश्चर्यजनक होता.

त्यात म्हटलं होतं की, मोफत धान्य वाटप योजनेतलं धान्य एकदा आलं. त्याप्रमाणे काहींनी ते घेतलंही; पण एवढं मोठं धान्य न्यायचं कसं आणि कुठं ठेवायचं, हा गरिबांपुढे प्रश्न होता. काहींनी ते झोपडीत साठवलं, पण त्यामुळे उंदीर वाढले. तर गहू दळल्याशिवाय वापरणार कसे? पण ते दळण्यासाठी नेणं आणि त्याचे पैसे देणं अवघड गेलं. शिवाय धान्य मिळालं तरी मीठ, तेल, मिरची खरेदीसाठी पैसे कुठून आणणार, असा प्रश्न निर्माण झाल्यानं काहींनी मिळालेल्या गव्हापैकी काही गहू रेशन दुकानदाराला परत विकला आणि त्याच्या पैशातून तसे तेल, मिरची व दळण यांचा खर्च भागवला. म्हणजे जो भ्रष्टाचार टाळण्यासाठी ही योजना आखली गेली, तोच भ्रष्टाचार दुकानदारांबरोबरच लोकांनाही नाईलाजाने

करावा लागला.

निराधार व ज्येष्ठ नागरिक पेन्शन योजना बहुतेकांना माहीत होत्या. पण त्यासाठी अर्जाचा फॉर्म आणणं, तो भरून घेणं, त्यासोबत आवश्यक ती कागदपत्र जोडणं– यासाठी खर्च येत होता आणि तो परवडत नसल्यानं योजनेचा लाभ घेता येत नव्हता. ही सारी वस्तुस्थिती पाहून बाबा सुन्नच झाले. चणे आहेत तर दात नाहीत आणि जिथं दात आहेत तिथं चणे नाहीत, अशी ही परिस्थिती कशी बदलायची– हाच त्यांच्यापुढं प्रश्न उभा राह्मला.

त्या दिवशी दुपारी वाचनाच्या वेळी बाबांनी ही सर्व माहिती महाजन आजोबांना सांगितली. तेव्हा त्यांनाही आश्चर्य वाटलं. दूरवरच्या खेड्यातील स्थिती वाईट असते, हे त्यांना माहीत होतं; पण ती एवढी विदारक असेल, याची त्यांना कल्पना नव्हती. याच्या मुळाशी गेलं पाहिजे, तरच काही तरी करता येईल. म्हणून आपण दोघं रिपोर्टपैकी एखाद्या जवळच्या गावी जाऊन एका रेशन दुकानदाराशी, एका ग्रामपंचायतीशी व एका गरीब कुटुंबाशी प्रत्यक्ष बोलू या– असं आजोबांनी सुचवलं. ही सूचना बाबांना पसंत पडली.

मग दोघे जण दुसऱ्या दिवशी एका गावाला पोचले. पण रेशन दुकानदार व सरपंच तालुक्याला गेल्यानं जागेवर नव्हते. तेव्हा त्यांनी निरोप ठेवला. ग्रामपंचायतीतील ग्रामसेवक भेटला. त्यानं सर्व सरकारी योजनांची माहिती सर्व लोकांना दिली जाते आणि लोक त्यांचा फायदा घेतात, असं मोघम उत्तर दिलं. पण तो आकडेवारी देऊ शकला नाही. तेव्हा सरपंचांसाठी निरोप ठेवून बाबा-आजोबा एका गरीब कुटुंबाच्या घरी गेले.

तिथं मात्र दोघांना हवी ती माहिती मिळाली. त्या घरात आजोबा, आजी, सून अशी तीनच माणसं होती. तो कुटुंबप्रमुख मुलगा तालुक्याला कुठं तरी नोकरीला होता. तो सुटीच्या दिवशी घरी येताना सामान आणायचा. त्यावर ते घर चालायचं. आजी आणि सून डोंगरातील लाकडं, काटक्या गोळा करून त्याच्या मोळ्या विकायच्या. ते पैसे वरखर्चाला उपयोगी पडायचे. नातू आश्रम- शाळेत राहत होता, म्हणून त्याचं बरं होतं.

त्या घरच्या आजोबांनी बाबा-आजोबांपुढे खऱ्या अडचणी मांडल्या. ते म्हणाले, ‘‘आम्हाला नियमित पुरेशी मिळकत नाही, ही आमची खरी अडचण आहे. बरं, मोठ्या तालुक्याच्या गावी जावं, तर तिथं राहायचं कुठं? आणि शिक्षणाअभावी नोकरी कोण देणार? शिवाय आपल्यामागं इथलं घर, थोडीशी जमीन पडीक राहण्याची भीती. आम्हा दोघांना ज्येष्ठ नागरिक पेन्शन मिळते, पण ती कधी तरी;

नियमित नाही. पण कुणाला दोष देणार? सरकारनं तरी आमच्या हजार भोकं पडलेल्या संसाराच्या गोधडीला कुठं कुठं ठिगळं लावायची? शेवटी नशिबाला बोल लावून जगतो आहोत, कसं तरी.''

वास्तवाच्या या भयाण दर्शनानं बाबा-आजोबा दोघंही सुन्न झाले आणि काहीही न बोलला परतले. मात्र दुसऱ्या दिवशीच त्या गावाचे सरपंच व रेशन दुकानदार सकाळी-सकाळी घाबरतच महाजन आजोबांच्या दारी येऊन थडकले. त्यांना आजोबांची प्रतिष्ठा आणि बाबाचं सामाजिक कार्य ऐकून माहीत होतं. त्यामुळे त्यांना मुद्दाम चौकशीसाठी दापोलीच्या तहसीलदारानं पाठवलं असावं, असा त्यांचा समज झाल्यानं ते घाबरले होते. म्हणून आजोबांनी दोघांनाही पाणी प्यायला देऊन शांत बसायला सांगितलं आणि बाबांना बोलावून घेतलं. बाबा आल्यावर आजोबांनी त्यांना विचारलं,

''हं, बोला– का आला होतात घाईघाईनं?''

''तुम्ही दोघं येऊन गेल्याचं समजलं, म्हणून घाईनं आलो. काय गडबड आहे?'' दोघांनीही एकदम विचारलं.

''कोण तुम्ही?'' बाबांनी विचारलं.

''मी सरपंच आणि हे रेशन दुकानदार.'' सरपंच म्हणाले.

''असं– असं! म्हणजे आम्ही आलो, म्हणून तुम्ही आलात?''

बाबांनी हसत विचारलं.

''हो. कारण कधी न येणारी माणसं अचानक आली, म्हणजे काही तरी गडबड असणार, म्हणून आम्ही धावत आलो.''

''काही गडबड नाही.'' आजोबांनी खुलासा केला आणि पुढं म्हणाले, ''अहो, सरकार गरिबांसाठी मोफत धान्य वाटप, निराधार आणि ज्येष्ठ नागरिकांना पेन्शन अशा खूप योजना जाहीर करतं; पण गरिबांची स्थिती का सुधारत नाही; ते जाणून घेण्यासाठी आलो होतो.''

''असं– असं. मग हरकत नाही.'' सरपंचांनी निःश्वास सोडला आणि म्हणाले ''त्याचं काय आहे– आमच्या गावातील सर्व निराधार आणि ज्येष्ठ नागरिकांना पेन्शनसाठी ग्रामसेवक पाठवून फॉर्म भरून घेतले. त्यापैकी काहींना पेन्शन मंजूर झालीही. पण त्याची रक्कम नियमित येत नाही. कधी तरी चार-पाच महिन्यांनी एकदम येते. मग लोकांचे हाल होतात. आता मोफत धान्याबाबत रेशन दुकानदारच सांगतील.''

दुकानदार भीत-भीत म्हणाला, ''मोफत धान्य खूप असतं, त्यामुळे ते

एकदम आणावं लागतं. बरं, आलं तरी निरोप पाठवूनही लोकांना नेण्याची व साठवण्याची अडचण असल्यानं ते नेत नाहीत. आता ते सांभाळण्याची आम्हालाही अडचण येते. शिवाय परतही पाठवता येत नाही. मग काही जण त्यापैकी काही धान्य आम्हालाच विकतात व त्याच्या पैशातून त्यांना हवा तो माल नेतात. आता ते धान्य आम्ही विकत घेतो, हे चुकीचं आहे, हे मला मान्य; पण त्याचं काय करायचं? यावर एकच उपाय आहे– धान्य आणायचंच नाही. तुम्ही म्हणत असाल, तर तसं करू.'' आणि दुकानदार थांबले.

''छे– छे!!'' आजोबा मध्येच हस्तक्षेप करत म्हणाले, ''अहो, न आणून कसं चालेल? आणायलाच हवं, पण......''

बाबा म्हणाले, ''दुकानदार म्हणताहेत ती खरीच अडचण दिसते आहे. आजोबा, मला वाटतं– आपण पुन्हा दापोलीला जाऊ या आणि याबाबत काय करता येईल, हे सरकारलाच विचारू या.''

''तुमची सूचना चांगली आहे.'' आजोबा म्हणाले. तेवढ्यात चहा आला. तो घेतल्यानंतर आजोबांनी त्या दोघांना सांगितलं, ''सरपंच, तुम्ही काही काळजी करू नका; तुमच्याविरुद्ध आमची काही तक्रार नाही. उलट, याबाबत आम्ही तुम्हाला मदतच करू.''

हे ऐकून दोघांचे चेहरे खुलले आणि नमस्कार करून दोघंही निघून गेले.

त्यानंतर बाबा म्हणाले, ''पाहिलंत आजोबा, ही आहे नोकरशाही! आंधळं दळतं आणि कुत्रं पीठ खातं, अशी ही स्थिती आहे. सरकारनं फुकट धान्य दिलं, पण ते खायचं कशाबरोबर याचा विचारच केला नाही. कारण मंत्री आणि बडे अधिकारी राहणार दिल्लीत; त्यांना काय महिती असणार आहे गरिबांच्या अडचणींची? वरून हुकूम आला, धान्य निघालं; पण ते पोचलंच नाही गरिबांपर्यंत. लहरी राजा, प्रजा आंधळी, अधांतरी दरबार... उद्धवा, अजब तुझे सरकार... दुसरं काय?'' असं म्हणून बाबा निघून गेले.

दुसऱ्याच दिवशी बाबा-आजोबांची जोडी दापोलीला तहसीलदार कचेरीत जाऊन थडकली. तिथं दोघांचंही पुन्हा स्वागत करण्यात आलं. घडलेला सर्व प्रकार बाबांनी तहसीलदारांच्या कानावर घातला आणि सूचना केली– ''साहेब, आम्हाला वाटतं– ही मोफत धान्य वाटप योजना यशस्वी व्हायची असेल, तर तिचा काही भाग रोख रकमेच्या रूपात द्यायला हवा. म्हणजे त्यातून गरिबांना धान्य नेणं, साठवण करणं, दळून आणणं आणि तेल, मीठ, मिरचीचा खर्च करणं शक्य होईल.''

''बरं, सरकारलाही कमी द्याव्या लागणाऱ्या धान्याच्या विक्रीतून हा खर्च

भागवता येईल. म्हणजे, निराळा खर्च येणार नाही.'' आजोबांनी पुस्ती जोडली.

त्यावर तहसीलदार म्हणाले. ''तुमची सूचना उत्तम आहे. आम्ही जरूर विचार करू. पण त्यापूर्वी मला तुम्हा दोघांचं अभिनंदन करायचं आहे. अहो, तुम्ही या योजनांचा अभ्यास केलात, त्याच्या यशापयशाची माहिती गोळा केलीत, प्रत्यक्ष जागेवर जाऊन पाहणी केलीत. कोण करतंय हे? इतर लोक फक्त टीका करतात आणि मोकळे होतात. तुमच्यासारखे काही झाले, तरी सरकारी योजना नकीच यशस्वी होतील.''

आजोबा म्हणाले, ''आणि साहेब, तुमची निराधार व ज्येष्ठ नागरिकांसाठीची पेन्शन दरमहा मिळायला हवी, तर तिचा उपयोग. हवी तर पेन्शन कमी करा, पण नियमित द्या.''

''खरं आहे.'' असं म्हणून तहसीलदारांनी एक सूचना केली– ''हे बघा, तुमच्या सूचना मी वर कळवीनच; पण तुम्ही दोघांनी केलेली पाहणी, त्याचे निष्कर्ष, तुमच्या सूचना याचा लेखी अहवाल आमच्याकडे दिलात, तर त्या सूचनांना वजन प्राप्त होईल. मग काय, देताहात अहवाल?''

बाबा-आजोबा दोघांनीही तहसीलदारांची सूचना मान्य केली व आठ दिवसांत अहवाल देण्याचं कबूल केलं आणि बाहेर पडले. बाहेर पडताना बाबा एवढंच म्हणाले, ''आजोबा, हा आपला अहवाल म्हणजे सरकारी कामाच्या समुद्रात झाडाचं एक पान ठरणार आहे. तरीही आपण काही चांगलं केल्याचं समाधान आपल्याला नक्की मिळेल.''

- ० -

दहा

विद्यार्थी वसतिगृहातील सायंकाळची स्वतंत्र प्रार्थना सुरू झाली आणि बाबा व आजोबा पूर्णपणे बांधले गेले. कारण पाच ते सहा या वेळात किनाऱ्यावरचे औषधोपचार, प्रार्थना व प्रश्नोत्तरे हा कार्यक्रम सुरू होताच. आता त्याला जोडून सहा ते सात या वेळात वसतिगृहातील स्वतंत्र प्रार्थना, सभा सुरू झाली होती. खरं म्हणजे, तिला प्रार्थना-सभा म्हणण्यापेक्षा अभ्यासवर्ग म्हणणं योग्य ठरलं असतं. कारण सुरुवातीला नावालाच प्रार्थना असायची. पुढचा सारा वेळ नवा विषय शिकविण्यात आणि त्यावरच्या विद्यार्थ्यांच्या शंकांना उत्तरं देण्यात खर्च व्हायचा.

या अभ्यासवर्गात इतिहास, भूगोल व विज्ञान असे तीन विषय घेतले जात. पैकी बाबा भूगोल आणि विज्ञान हे विषय, तर महाजन आजोबा इतिहास हा विषय घेत होते. या तीन विषयांना सारखा वेळ मिळावा म्हणून सोमवार-मंगळवार भूगोल, बुधवार-गुरुवार इतिहास आणि शुक्रवार-शनिवार विज्ञान अशी योजना करण्यात आली. रविवारी काही मुलं घरी जात, त्यामुळे उपस्थिती कमी असल्यानं त्या दिवशी मुलांच्या इतर विषयांतील शंकांसाठी रविवार राखून ठेवण्यात आला.

बाबा किंवा आजोबा कोणीही व्यावसायिक शिक्षक नव्हते. पण दोघेही जुने पदवीधर असल्यानं दहावीपर्यंत शिकविणं दोघांनाही अवघड जात नव्हतं. शिवाय हा अभ्यासवर्ग एका विशिष्ट इयत्तेसाठी नसून सर्वसाधारण स्वरूपाचा होता. त्यामुळे तो सर्वच विद्यार्थ्यांना उपयुक्त ठरणार होता. बाबा आणि आजोबा दोघानांही भारताचा अभिमान होता. त्यामुळे बाबांनी भारताच्या भूगोलापासून, तर आजोबांनी भारताच्या इतिहासापासून सुरवात केली. या अभ्यासवर्गाचं उद्दिष्ट परीक्षा हे नव्हतं, तर ज्ञान हे होतं. म्हणून दोघांनीही विद्यार्थ्यांच्या मनात आपल्या देशाविषयी प्रेम निर्माण होईल, यावर भर दिला. त्यासाठी फळा, नकाशे यांचा भरपूर वापर केला. विज्ञान हा विषय दोघांनाही नवा होता. म्हणून बाबा प्रत्येक तासाला किमयागार या पुस्तकातील एक-एक प्रकरण वाचत व त्यावर चर्चा होत असे. या अभ्यासवर्गाचं स्वरूप इतकं सोपं आणि आकर्षक होतं की, सर्व विद्यार्थीच

नव्हेत, तर वसतिगृहाचे प्रमुखही प्रत्येक तासाला हजर असत.

बाबांनी महाराष्ट्राच्या भूगोलापासून आपल्या तासाला सुरुवात केली. महाराष्ट्रातील जिल्हे, तेथील किल्ले, पर्यटनस्थळे, हवामान यांची बाबा तपशीलवार माहिती सांगत. शहर, उद्योग, पिकं यांचं वर्णन करीत; त्या जिल्ह्याला कसं जायचं, हे नकाशावर दाखवत. त्यामुळे मुलं रंगून जात. भूगोल विषय इतका चांगला आहे, हे मुलांना प्रथमच समजलं.

बाबा ज्या जिल्ह्याचा भूगोल सांगत, त्याचा जिल्ह्याचा इतिहास आजोबा पुढच्या तासात सांगत. त्यात जिल्ह्यात होऊन गेलेल्या लढायांची वर्णनं करत. कर्तबगार माणसांची चरित्रं सांगत. त्यामुळे दोघांच्या शिकवण्यात एक प्रकाराचा संबंध विद्यार्थ्यांना दिसून येई. बाबा आपल्या भूगोलाच्या तासाच्या शेवटी नकाशावर मुलांना गावं शोधायला सांगत, ते मुलांना फार आवडे.

विज्ञान विषय तसा अवघड; परंतु किमयागार पुस्तकाची भाषा सोपी असल्यानं त्यात शास्त्रज्ञांची चरित्रं, त्यांचे लहरी स्वभाव, विशिष्ट शोध लागतेवेळी घडलेली विचित्र घटना, संशोधनासाठी त्या शास्त्रज्ञानं केलेली धडपड यांची माहिती असल्यानं मुलांबरोबरच आजोबाही या तासात रंगून जात. बाबा तर आध्यात्मिक साधू बनले असूनही त्यांना भौतिक शास्त्राचीही गोडी वाटू लागली. विज्ञानाच्या सहकार्याशिवाय अध्यात्म अपुरं आहे, अशी त्यांची खात्री झाली.

किमयागार पुस्तकात अनेक संशोधकांचे फोटो, त्यांनी लावलेल्या शोधांच्या आकृत्या दिल्या होत्या. बाबा प्रत्येक तासाच्या शेवटी मुलांना जवळ बोलावून ते फोटो व आकृत्या आवर्जून दाखवत. ते शोध लावणारे बहुतेक शास्त्रज्ञ भारताबाहेरचे आहेत, म्हणून ते देश पुढं गेले– श्रीमंत बनले; भारतीय विद्वान मात्र देव-देव करण्यात गुंतून राहिल्यानं भारत मागं पडला, दरिद्री राह्यला याची खंत बाबा वारंवार व्यक्त करीत. आणि प्रत्येक बाबतीत असं का– असा प्रश्न स्वत:ला विचारून त्याचं कारण शोधून काढा, वैज्ञानिक दृष्टकोन बाळगा, असं आवाहन बाबा पुन: पुन्हा मुलांना करत.

बाबा-आजोबांच्या या अभ्यासवर्गाची माहिती गावातील तरुण व इतर विद्यार्थ्यांपर्यंत पोचली. त्यांतील काही विद्यार्थी या वर्गाला येऊ लागले. आजवर गावाच्या दृष्टीनं उपेक्षित असलेले आपलं वसतिगृह गावातील काहींच्या दृष्टीनं का होईना, उपयुक्त वाटू लागलेलं पाहून वसतिगृहाच्या प्रमुखांना आनंद वाटू लागला. आपण तरुणांपर्यंत पोचण्यात यशस्वी होत असल्याचं समाधान बाबा-आजोबांना वाटू लागलं.

आजोबांचा एकुलता एक मुलगा (म्हणजे बेबीचे वडील) पुरता देव-देव

करण्यात बुडाला होता. त्याला आपल्या वडलांचे हे नसते उद्योग पसंत नव्हते. परंतु बाबांनी त्यांना बरं केल्यानं तो उघडपणानं विरोध करू शकत नव्हता. शिवाय घरच्या इतर लोकांचा त्यांना पाठिंबा असल्यानं तो मनातून चडफडे, पण उघड बोलत नसे. एके दिवशी दापोलीच्या पुस्तकाच्या दुकानात तो गेला असताना जगन्नाथ कुंटे या लेखकाचं 'नर्मदे हरऽ हरऽ' हे पुस्तक त्याच्या पाहण्यात आलं. कुतूहल म्हणून त्यानं ते विकत घेतलं आणि ते वाचून तो भारावून गेला. त्या लेखकाची आणखी दोन पुस्तकं त्यानं आणली, वाचली; तेव्हा त्याला कमालीचं आश्चर्य वाटलं आणि त्यानं ही पुस्तकं आपल्या वडिलांच्या व सागरबाबांच्या निदर्शनास आणण्याचा मनाशी निश्चय केला.

रविवारी त्याच्या ऑफिसला सुट्टी होती. नेहमीप्रमाणे बाबा दुपारी चार वाजता आजोबांकडं आले, तेव्हा त्यांचा मुलगा आजोबांच्या खोलीत कुंटे यांची पुस्तकं घेऊन गेला आणि दोघांना उद्देशून म्हणाला,

"सागरबाबा आणि माझे बाबा, तुम्ही देव नाही असं म्हणता; पण ही पुस्तकं वाचा. त्याच्या लेखकाशी खुद्द नर्मदा नदी बोलली, त्याला अश्वत्थामा भेटला; ते काय देव असल्याशिवाय?"

आपल्या मुलाच्या या अचानक वक्तव्यानं आजोबा चाटच पडले, तर सागरबाबा त्याच्याकडे पाहतच राहिले. कोणतीही पूर्वकल्पना नसताना आजोबांच्या मुलानं अचानक प्रश्न विचारल्यानं त्याला काय उत्तर द्यावं, हे त्यांना कळेना. थोडं थांबून ते म्हणाले.

"आम्ही ही पुस्तकं वाचली नाहीत. तेव्हा ती वाचल्याशिवाय उत्तर कसं देणार? तेव्हा आम्ही ही पुस्तक वाचतो आणि नंतर उत्तर देतो. चालेल?"

"चालेल." असं म्हणून आजोबांचा मुलगा घरात निघून गेला. तेव्हा बाबांनी हा विषय काढला.

ते म्हणाले, "आजोबा, तुमच्या मुलाचा प्रश्न म्हणजे आपल्याला आव्हान आहे. तेव्हा आपण आधी ही पुस्तकं वाचून उत्तर दिलं पाहिजे. आजच पहिलं पुस्तक सुरू करू."

आजोबांना बाबांची ही सूचना पसंत पडली. कारण वेद, उपनिषदं, गीता, ज्ञानेश्वरी हे धार्मिक ग्रंथ वाचून झाले होते; आता नवीन काय वाचावं, असा त्यांच्यापुढे प्रश्न होता. अशा वेळी ही नवी पुस्तकं समोर आली, म्हणून त्यांना बरंच वाटलं. बाबांनी कुंटे यांचं 'नर्मदे हरऽ हरऽ' हे पहिलं पुस्तक सुरू केलं.

त्याचा लेखक हा संसारी संन्यासी होता. तरीही तो मनात आलं की, घरातून

बाहेर पडायचा आणि नर्मदा परिक्रमा करायचा. या परिक्रमेत त्याचे अतोनात हाल व्हायचे. अनेकदा जेवायला अन्न, राहायला जागा, पांघरायला कपडे मिळायचे नाहीत; तरीपण लेखक मागं हटला नाही. त्यानं आपली साधना न थांबता चालू ठेवून परिक्रमा तीन वेळा पूर्ण केली. या परिक्रमेमध्ये लेखकाला अनेकदा ईश्वरी साक्षात्कार झाले. नर्मदा नदी लेखकाशी बोलली, अश्वत्थामा जखमी स्थितीत लेखकाला भेटला– असं त्या पुस्तकात म्हटलं होतं.

दुसरं पुस्तक 'कालिंदी' नावाची कादंबरी होती. कालिंदी नावाच्या स्त्रीनं लेखकाप्रमाणेच खडतर तपश्चर्या करून ईश्वरप्राप्ती कशी केली, याची कथा या कादंबरीत होती.

तिसरं पुस्तक होतं 'नित्य निरंजन.' याही पुस्तकात लेखक तपश्चर्येसाठी हिमालयात जातो. तिथं त्याला अविनाश नावाचा विवाहित तरुण भेटतो. त्याला लेखक साधनामार्ग शिकवतो. पुन्हा दिल्लीला गेला असता एक श्रीमंत निपुत्रिक शेठाणी भेटते. तिलाही लेखक साधना शिकवतो. दोघांनाही ईश्वरदर्शन घडतं. अशी सत्य किंवा काल्पनिक कथा आहे.

या तीनही पुस्तकांत योगमार्गानं साधना करण्यावर भर दिला आहे. त्यासाठी केलेली खडतर तपश्चर्या वर्णन केली आहे. हे लिहिण्याचा उद्देश ईश्वर आहे, तो तपश्चर्येला पावतो, असं सांगण्याचा असावा. परंतु सतत सिगारेट ओढणाऱ्याला, तेवढाही संयम न बाळगू शकणाऱ्याला, पत्नी आणि मुलांना वाऱ्यावर सोडणाराला देव कसा पावतो– एवढा का तो आंधळा आहे, हे वाचकाला समजत नाही. या माहितीच्या आधारे आजोबांच्या मुलाच्या प्रश्नाचं उत्तर देण्याचं दोघांनी ठरवलं. पुढच्या रविवारी आजोबांच्या मुलानं आपला प्रश्न पुन्हा विचारला. त्यावर बाबा म्हणाले,

"तुमचा प्रश्न बरोबर आहे. पण त्याचं उत्तर तपशिलानं द्यावं लागेल. तुम्ही विचारलंय की– लेखकाशी नर्मदा नदी बोलली, त्याला अश्वत्थामा भेटला; म्हणजे देव असणार नाही का? पहिली गोष्ट– दोन्ही वेळी लेखकाबरोबर कोणीही नव्हतं. तेव्हा त्याच्या म्हणण्याला पुरावा नसल्यानं लेखक म्हणतो हेच खरं मानावं लागेल. आता या दोन्ही गोष्टी शक्य आहेत का, याचा विचार करू. एक तर फक्त माणूस बोलू शकतो, इतर कोणी बोलत नाही. कारण त्यांना बोलताच येत नाही. मग नदी तरी कशी बोलणार? कदाचित अशी शक्यता आहे की, लेखक नर्मदा नदीकाठी साधनेस बसायचा, तेव्हा त्याची केव्हा तरी तंद्री लागली असेल. आणि नर्मदा नदी मोठी असल्यानं तिच्या प्रवाहाचा मोठा गंभीर आवाज येतो. तो आवाज म्हणजेच

नर्मदा आपल्याशी बोलली, असा भास झाला असेल.

"दुसरी बाब अश्वत्थामा भेटल्याची. अश्वत्थामा होऊन गेल्याला दोन हजार वर्षांपेक्षा अधिक काळ लोटला. बरं, तो चिरंजीव आहे असं मानलं, तरी इतर सहा जण चिरंजीव असून ते का भेटत नाहीत; फक्त अश्वत्थामाच का भेटतो? बरं, तो कसा दिसत असे? काय कपडे घालत असे? त्याची आपल्याला काहीच कल्पना नाही. म्हणजे त्याची ओळख पटणं अवघड. अशा स्थितीत कोणी तरी भटकणाऱ्या माणसानं मीच तो अश्वत्थामा आहे, असं सांगण्यावर विश्वास कितपत ठेवायचा?"

"म्हणजे बाबा, पुस्तकात लिहिलंय, ते खोटं मानायचं का?" आजोबांच्या मुलानं चिडून विचारलं.

"प्रत्येक गोष्ट खरी किंवा खोटी मानता येणार नाही, हे मान्य; पण खरेपण सिद्ध होण्यासाठी पुरावा लागतो. तो या दोन्ही बाबतींत नसल्यानं तसं घडण्याची शक्यता आहे का, याचा विचार करावा लागतो. नदी बोलत नाही आणि माणूस दोन हजार वर्षं जगत नाही– या दोन्ही गोष्टी खऱ्या आहेत. म्हणून लेखकानं लिहिलेल्या दोन्ही खऱ्या मानता येत नाहीत."

"पण बाबा, देवाला बोलता येतं– तो अमर असतो, असं म्हणतात." मुलानं पुन्हा शंका व्यक्त केली. त्यावर बाबा म्हणाले, "हे समजही बरोबर नाहीत. कारण शंकर, विष्णू, ब्रह्मदेव, गणपती, दत्त वगैरे पूर्वेतिहास नसणारे देव काल्पनिक आहेत. त्यांना जन्मच नाही आणि राम, कृष्ण, यांसारखे देव जन्मले तसेच मरण पावले; अमर नव्हते."

बाबांशी वाद घालणं अवघड आहे, ते हार जाणार नाहीत– हे लक्षात आल्यानं आजोबांचा मुलगा काही न बोलता निघून गेला.

तो गेल्यावर काही क्षण गप्प बसून बाबा म्हणाले, "आजोबा, पाह्यलंत– लोकांच्या मनावर देवकल्पनेचा किती पगडा आहे तो? एक वेळ अशिक्षितांचं समजू शकतं, कारण त्यांनी फार वाचलेलं नसतं. त्यामुळे त्यांच्यात विचार- शक्ती कमी असते. पण सुशिक्षितांनीसुद्धा अंधश्रद्धा ठेवावी, म्हणजे आश्चर्य आहे!"

"होय ना! मलाही आश्चर्य वाटतंय. माझा मुलगा एवढा अंधश्रद्ध असेल, याची मला कल्पना नव्हती." आजोबांनी आपल्या मनातील दुःख व्यक्त केलं.

बाबा पुढं म्हणाले, "आजोबा, मला लोकांची एका गोष्टीची गंमत वाटते. सर्व धर्मांत सदाचरणाला खूप महत्त्व दिलं आहे. चांगलं वागा, असं आपण मुलांच्या कानी-कपाळी ओरडत असतो. म्हणजे सद्वर्तनी माणसालाच देव पावू शकतो, हे स्पष्ट आहे. असं असताना सतत धूम्रपान करणाऱ्या व्यक्तीला देव कसा पावेल, हा

प्रश्न लोकांना का पडत नाही? कुंटे यांच्या प्रतिपादनाबद्दल मला काहीच म्हणायचं नाही. मला फक्त त्यांचं एक आश्चर्य वाटतं की– ते तासन्तास साधना करतात, म्हणजे त्यांचं मनावर नियंत्रण आहे. असं असताना त्यांना साधी सिगारेट ओढण्यावर नियंत्रण ठेवता येत नाही? हीच गोष्ट संन्यासाची. त्यांना साधनाच करायची इच्छा होती, तर त्यांनी कायम हिमालयातच राहायला हवं होतं, लग्नच करायला नको होतं. असं असताना लग्न करून बायको-पोरांना वाऱ्यावर सोडून रेल्वेनं फुकट भणंगपणे सिगारेटी फुंकत हिंडणाराला साधू कसं म्हणायचं? हीच गोष्ट शंकरमहाराज, गजाननमहाराजांचीही. अशा धूम्रपानाचे तत्त्वशून्य वर्तन करणाऱ्यांना तत्त्वज्ञान सांगण्याचा अधिकार कसा प्राप्त होऊ शकतो?

"कुंटे यांनी आपल्या पुस्तकात अनेकदा रामदासांशी तुलना केली आहे. पण रामदासांचं जीवन तत्त्वनिष्ठ होतं. त्यांनी लग्नापूर्वीच घर सोडलं. साधू असूनही व्यवस्थित कपडे घालत. 'आधी संसार करावा नेटका, मग आचरावे परमार्थी' असा योग्य उपदेश त्यांनी लोकांना केला. मूर्खाची लक्षणं सांगून लोकांना शहाणं करण्याचा प्रयत्न केला. शारीरिक सामर्थ्य वाढावं म्हणून मारुतीची स्थापना केली. शिवाजीमहाराजांच्या स्वराज्यस्थापनेला मदत केली. वरीलपैकी कोणत्या महाराजांनी यापैकी काय केलं आहे? व्यसनी माणसालाही साधू मानायचं एकदा ठरविलं, तर पंचाईत होईल. दारू पिणाराही देव भेटल्याचं तत्त्वज्ञान सांगू लागेल."

"बाबा, तुम्ही फारच अस्वस्थ झालेले दिसता?" आजोबांनी बाबांना विचारलं.

"अस्वस्थ नाही होणार तर काय? विद्वान, पत्रकार हे समाजाचे मार्गदर्शक. समाजाला योग्य, चांगला मार्ग दाखविण्याची त्यांची जबाबदारी. तेच अशा गैर-मार्गाचं समर्थन करायला लागले, तर समाजाचं काय होणार?" बाबांनी विचारलं.

"पण बाबा, मला नाही तुमच्या प्रश्नाचा रोख समजला?" आजोबांनी शंका व्यक्त केली.

ती निरसन करताना बाबा हसून म्हणाले, "अहो, पुण्यातील एक मोठे ज्येष्ठ पत्रकार कुंटे यांचे गॉडफादर आहेत, ही यामागची गंमत आहे– आता बोला!"

"आता बोला काय– आता रडा! हिंदू समाजात सध्या देवकल्पनेची विलक्षण चुकीची भरभराट झाली आहे. श्रीमंत भ्रष्टाचारी वाटेल त्या मार्गानं पैसा कमावतात आणि पापमुक्तीसाठी एखाद्या मोठ्या प्रसिद्ध देवाला भरघोस देणगी देऊन पापमुक्त होतात. कालबाह्य झालेल्या धार्मिक विषयांवर लेखन करून विद्वान पैसा कमावतात. चलनी नाणं असलेल्या देवाचं देऊळ बांधून किंवा मोफत यात्रा काढून मतांची तरतूद पुढारी करतात. आणि सामान्य माणसं काहीच न करता दर्शनासाठी रांगा लावतात!'

"बाबा, नुकताच फ्रान्सचा इतिहास वाचताना एक घटना माझ्या वाचनात आली. सन १७८९ च्या आसपास तेथील राज्यकर्ते आणि धर्म नेते यांची अभद्र युती झाली. धर्मनेते पापी माणसांकडून पैसे घेऊन पापमुक्तीचे पास वाटू लागले आणि त्यांना विरोध करणाऱ्याला राज्यकर्त्यांनी तुरुंगात डांबले. सर्व तुरुंग भरून गेले. तरीही भ्रष्टाचार थांबेना, तेव्हा लोक चिडले. त्यांनी तुरुंग फोडले आणि फ्रान्सचा राजा व धार्मिक नेते यांना पॅरिसमधील प्रमुख चौकात जिवंत जाळले. ही घटना फ्रान्सच्या इतिहासात फ्रेंच राज्यक्रांती म्हणून प्रसिद्ध आहे. आपल्या देशात सुदैवानं असं काही न घडो, एवढीच अपेक्षा.'' आजोबांनी निःश्वास सोडत आपलं मत व्यक्त केलं.

- ० -

अकरा

मार्च महिना उजाडला आणि पुन्हा कुठं तरी फिरून येण्याचे विचार सागरबाबांच्या मनात घोळू लागले. त्यांच्यापुढं जाण्यासाठी दोन पर्याय होते. एक होता– रायगडदर्शन आणि दुसरा होता– निंबाळचा गुरुदेव रानडे यांचा आश्रम. पण बाबांनी मनात विचार केला– निंबाळचा आश्रम विजापूरजवळ आहे. तिथं जाण्यासाठी बराच खर्च येणार. त्यापेक्षा रायगड बरा. जवळचा. दोनशे रूपयांत सहल होईल. शिवाय, बरेच दिवस रायगडला जाण्याचं मनात आहे, पण पुण्यापासून लांब असल्यानं जमलंच नाही. पूर्वी बरोबर कोण, असा प्रश्न पडायचा. आता आपण साधू-संन्यासी. हवं कशाला बरोबर कोण? 'लंगर में खाना और मस्जिदमें सोना' –अशी आपली स्थिती.

म्हणून बाबांनी आजोबांजवळ हा विषय काढला. ते नाही म्हणणं शक्यच नव्हतं. कारण दोघांचाही अलिखित करारच होता– बाबांनी कुठंही जायचं, आजोबांनी त्यांचा खर्च करायचा आणि परत आल्यावर बाबांनी आजोबांना त्याची तपशीलवार माहिती सांगायची.

बाबांनी वसतिगृहातील विद्यार्थ्यांचा अभ्यासवर्ग बुडू नये म्हणून शनिवार-रविवार हे दोन दिवस निश्चित केले. रविवारी अभ्यासवर्गाला सुट्टी असायची आणि शनिवारचा वर्ग आजोबांनी घेण्याचं मान्य केलं.

शनिवारी सकाळी बाबा दापोली-महाड बसनं निघाले आणि बाराच्या सुमारास महाडला पोचले. तिथून रायगडला जायला दुसरी बस होती. शिवाय गडावर जायला रोपवे होता. बाबांनी विचार केला– गड चढताना त्रास होतो, उतरताना नाही. तेव्हा जाताना रोपवेनं जावं, येताना पायी उतरावं; म्हणजे सर्व गोष्टींचा आनंद मिळेल.

बाबा रोपवेनं दोन वाजेपर्यंत गडावर पोचले. गडाचा विस्तार एवढा मोठा होता की, एका दिवसात सर्व पाहणं शक्यच नव्हतं. बाबांनी गडावर असलेल्या हॉटेलात काही तरी खाल्लं

आणि फिरायला निघाले. गडाचा उजव्या हाताचा सुळका लांब गेला होता. त्यावर जुना बाजार मार्ग आणि शिवाजीमहाराजांची समाधी होती. या दोन्ही गोष्टी लांब आणि महत्त्वाच्या होत्या, म्हणून त्या आधी पाहाव्यात, असं त्यांनी ठरवलं आणि निघाले. किल्ल्याच्या मुख्य इमारतीतील सिंहासन व पुतळा पाहून बाबांच्या अंगावर रोमांच उभे राहिले. हीच ती जागा– मराठ्यांच्या स्वाभिमानाचं प्रतीक. बाबांच्या नकळत त्यांचे हात जोडले गेले. सिंहासनासमोर खूप मोठं दगडी सभागृह होतं. याच ठिकाणी शिवाजीमहाराजांचा राज्यारोहण समारंभ पार पडला असावा. समोर उभा हत्ती आत येऊ शकेल एवढी प्रचंड आकाराची दगडी कमान होती. दोन्ही बाजूला नगारखाना होता. त्या वास्तूची भव्यता पाहून बाबांनी क्षणभर डोळे मिटले. आणि त्यांच्या कानांवर नगारे, शिंगे, ढोल, तुताऱ्या, जयजयकार यांचे आवाज येऊ लागले.

तिथून बाबा बाजारात आले. सुमारे फर्लांगभर लांबीच्या रस्त्यावर दोन्ही बाजूला दुकानांसाठी दगडी ओटे बांधलेले होते. त्या ठिकाणी शिवकाळात बाजार भरत असावा. मोठी उलाढाल होत असावी. बाबांनी ही दुकानं न्याहाळून पाह्यली आणि पुढे निघाले.

थोडं अंतर चालून गेल्यावर ते दगडी शिवमंदिरापाशी आले. हे महाराजांचं दर्शनाचं मंदिर असावं. त्याच्या मागच्या बाजूला शिवाजीमहाराजांची समाधी होती. सुंदर, घडीव दगडांनी बांधलेली ही समाधी व वरची मेघडंबरी आकर्षक दिसत होती. समाधीशेजारी महाराजांच्या वाघ्या नावाच्या कुत्र्याचं दगडी स्मारक होतं. समाधीची ही इमारत किल्ल्याच्या मागील टोकाला असल्यानं पलीकडं खोल दरी होती. आजूबाजूला अनेक उंच-उंच डोंगर होते.

बाबांनी त्या दरीच्या तोंडावर उभं राहून तो सर्व परिसर न्याहाळला आणि बाबांना मनातून शिवाजीमहाराजांचं कौशल्य जाणवलं. हा किल्ला इतका आत आणि उंच आहे की, शत्रूला तिथपर्यंत पोचणं शक्यच नव्हतं. म्हणूनच रायगड ही महाराजांनी राजधानी केली.

तिथं थोडा वेळ थांबून बाबा किल्ल्याच्या मधल्या भागाकडं परत निघाले आणि वाटेत त्यांच्या लक्षात एक गोष्ट आली. एका ठिकाणी रस्त्याच्या कडेला पिण्याचे पाणी आणि स्वच्छतागृह अशी पाटी दिसली. पण तिथं पाण्याचा नळही नव्हता आणि स्वच्छतागृहही नव्हतं. होते तुटलेले पाईप, नळ नसलेला सिमेंटचा खांब आणि दारं व भिंती नसलेला स्वच्छतागृहाचा घाण साचलेला ओटा. बाबांच्या

लक्षात आलं– कोणी इतिहासप्रेमीनं किंवा सरकारी खात्यानं येणाऱ्या लोकांसाठी ही सोय केली असावी आणि रात्रीच्या वेळी इतिहास विकायला निघालेल्या कोणी चोरानं पाईप, नळ, पत्रे काढून ते बाजारात विकले असावेत. हे आमचं इतिहासप्रेम; मग आमच्या मनात देशनिष्ठा कशी निर्माण होणार?

खिन्न मनानं बाबा हॉटेलच्या परिसरात परत आले. तोपर्यंत संध्याकाळ झाली. अंधार पडू लागला. जवळच असलेल्या हॉटेलात ते गेले. त्यांनी काही तरी खाल्लं आणि एका इमारतीच्या व्हरांड्यात पथारी टाकून पडले. दिवसभर चालणं झाल्यानं त्यांना थोड्याच वेळात झोप लागली.

पहारे गार वाऱ्यानं ते जागे झाले. उजाडत होतं. हळूहळू प्रथम डोंगराच्या माथ्यावर आणि नंतर दऱ्याखोऱ्यांतून सूर्यप्रकाश पसरत होता. अन्नाच्या शोधासाठी पक्षी चिवचिव करत घरट्यांतून, झाडांतून बाहेर पडत होते. पहाटेच्या वाऱ्यात झाडं डुलत होती. सूर्य उगवल्यानं संबंध सृष्टीवर चैतन्य पसरलं होतं.

बाबा पाण्याच्या तळ्यावर गेले. पिशवीतला लोटा काढून त्यांनी तोंड धुतलं. लगेच अंघोळ केली. हॉटेलात परत येऊन चहा घेतला आणि फिरायला निघाले.

त्यांनी काल दुपारी किल्ल्याचा अर्धा भाग पाह्यला होता, आज राहिलेला अर्धा भाग पाहायचा होता. प्रथम त्यांनी राजघराण्यातील माणसांची राहण्याची ठिकाणं पाहिली. ही निवासस्थानं सुरक्षिततेच्या दृष्टीनं उंचावर बांधली होती. पहाऱ्यासाठी शेजारी दोन बुरुजही दिसत होते. सर्व निवासस्थानं प्रशस्त होती. मात्र बहुतेकांच्या भिंती पडत गेल्या होत्या. पाये उभे होते. काही ठिकाणी माहितीच्या पाट्या होत्या.

निवासस्थानं पाहून हिरकणी बुरूज पाहायला बाबा निघाले. हा बुरूज किल्ल्याच्या दुसऱ्या टोकाला होता. तिथं पूर्वी फक्त उभा कडा होता. म्हणून बुरूज बांधलेला नव्हता. पण हिरकणी नावाची एक गवळण अंधार पडल्यावर दारे बंद झाल्यानं घरी असलेल्या आपल्या तान्ह्या मुलाला भेटण्यासाठी कडा उतरून घरी गेली. तेव्हा तो कडा सुरक्षित नसल्याचं महाराजांच्या लक्षात आलं आणि त्यांनी तातडीनं त्या कड्याशेजारी संरक्षणासाठी बुरूज बांधला आणि त्याला हिरकणी बुरूज असं नाव दिलं. धन्य ती हिरकणी, धन्य ते शिवाजीमहाराज.

बाबांनी तो बुरूज पाह्यला. जवळच असलेलं शिक्षा म्हणून कडेलोट करण्याचं टकमक टोक पाहिलं आणि परतीच्या प्रवासाला निघाले. जाताना ते रोपवेनं किल्ल्यावर गेले होते. आता पायी किल्ला उतरणार होते. म्हणून उतरत किल्ल्याच्या प्रवेशद्वाराशी

आले. नेहमी कोणत्याही किल्ल्याचं प्रवेशद्वार एक तर तळाशी असतं किंवा किल्ला चढून गेल्यावर असतं; पण रायगडचं प्रवेशद्वार मध्यावर आहे. तसंच ते किल्ल्याच्या दर्शनी भागात नसून डाव्या अंगाला काहीसं मागच्या भागात आहे. कदाचित शत्रूला किल्ल्यात प्रवेश करणं अवघड जावं, असा त्यामागं उद्देश असावा. प्रवेशद्वाराच्या या स्थितीमुळे आता येणारे बहुतेक प्रेक्षक रोपवेनंच किल्ला चढतात अन् उतरतात. प्रवेशद्वाराचा वापर फार थोडा केला जातो.

प्रवेशद्वार छान बांधलेलं होतं. बाबा या प्रवेशद्वारातून किल्ला उतरले व किल्ल्याच्या पायथ्याशी असलेल्या पाचाड या गावी आले. तिथं जिजाबाईंसाठी बांधण्यात आलेला वाडा आहे. त्याच ठिकाणी महाराजांच्या मातोश्रींचं-जिजाबाईंचं स्मारक आहे. बाबांनी त्या स्मारकाचं दर्शन घेतलं. बाजूच्या हॉटेलात काही तरी खाल्लं आणि बस पकडून घरी निघाले.

रायगड ते महाड, महाड ते दापोली आणि दापोली ते कोळथरे अशा तीन बस बदलून अंधार पडण्याच्या सुमारास ते घरी पोचले. खूप दिवस मनात असलेला रायगड पाहणं आज झालं, म्हणून बाबा खुशीत होते.

दुसऱ्या दिवशी दुपारी वाचनाच्या वेळी बाबांनी आपल्या या रायगड सहलीची सविस्तर माहिती आजोबाना सांगितली आणि त्यांनाही रायगडभेटीचा आनंद दिला.

प्रवासवर्णन संपल्यावर बाबा म्हणाले, ''आजोबा, रायगड पहिल्यावर तीन प्रश्न माझ्या मनात उभे राह्यले. नवीन पिढ्यांना प्रेरणा मिळावी म्हणून ऐतिहासिक अवशेष जतन करायला हवेत, यात शंकाच नाही. पण ते किती प्रमाणात शक्य आहे? कारण नुसत्या महाराष्ट्राचा विचार केला तरी शेकडो किल्ले जतन करणं शक्य आहे का? दुसरा प्रश्न– तसे ते केले, तरी लोक पाहायला येतील का? आपण नेहमी परदेशांची उदाहरणं सांगतो. पण ते देश श्रीमंत आहेत म्हणून त्यांना ते परवडतं. शिवाय, तिथं मोठी प्रवेश फी आकारण्यात येते. आपले लोक देतील का? तिसरा प्रश्न– आपल्या लोकांना पावित्र्य हा प्रकारच समजत नाही. महत्त्वाच्या अवशेषांवर स्वतःची नावं लिहून ठेवतात. पवित्र ठिकाणी मद्यपान करून त्याच्या बाटल्या फेकून घाण करतात. काही ऐतिहासिक प्रसंग ऐकण्याऐवजी गलिच्छ नाच करत धांगडधिंगा घालतात. हे केव्हा आणि कसं थांबणार? काही सामाजिक संस्थांनी याची जबाबदारी घेतली, तरच हे थांबणं शक्य आहे.''

त्यावर आजोबा म्हणाले, "बाबा, या ऐतिहासिक स्मारकाला दुसरीही महत्त्वाची बाजू आहे. ती म्हणजे, सत्याची. आता बघा ना– दादोजी कोंडदेव हे शिवाजीमहाराजांचे गुरू होते, असं आपण लहानपणी इतिहासाच्या पुस्तकातून वाचलं. आता असं पुढं आलं आहे की, ते गुरू नव्हतेच, तर शहाजीमहाराजांच्या जहागिरीची व्यवस्था पाहणारे एक साधे कारभारी होते. म्हणून पुण्याच्या लाल महालाच्या आवारात असलेला त्यांचा पुतळा रातोरात हलवून एका बागेत ठेवण्यात आला. आता सांगा– त्यांची इतरत्र असणारी स्मारकं अशीच काढून टाकायची का? म्हणजे मग यापुढं कोणत्याही ऐतिहासिक व्यक्तीच्या स्मारकाला कसलीही शाश्वतीच राहणार नाही."

"आजोबा, तुम्ही अतिशय महत्त्वाचा मुद्दा उपस्थित केला आहे. कारण आपल्याकडे अधिकृत इतिहास लिहिण्याची व्यवस्थाच नव्हती. त्यामुळे कुठून तरी माहिती मिळते, ती अधिकृत नसते. तरीही मोठा खर्च करून हितसंबंधी स्मारक उभं करतात. पुढं निराळीच माहिती उपलब्ध होते आणि मग दादोजी कोंडदेवांसारख्या माणसाची परवड होते. त्यापेक्षा ऐतिहासिक स्मारक उभं करणं यापुढं थांबावावं आणि हे किल्ले उभे आहेत तोपर्यंतच त्यांचा लाभ घ्यावा. कारण त्यानंतरही स्वातंत्र्याच्या काळात भारतीय सैन्यानं किती तरी पराक्रम केले आहेत. त्यांची माहिती तपशीलवार उपलब्ध आहे. मग त्याची स्मारकं का उभारू नयेत? कारण तरुण पिढीच्या दृष्टीनं इतिहासात किंवा पुराणात वारंवार बुडी मारण्याऐवजी भविष्यात डोकावणं उपयुक्त नाही का?" बाबांनी त्यांचं म्हणणं मांडलं.

त्यावर आजोबा म्हणाले, "बाबा, अहो, अवघ्या चारशे वर्षांपूर्वीच्या इतिहासाची ही स्थिती, तर मग पुराणकथांवर कितपत आणि कसा विश्वास ठेवायचा? कारण दोन हजार वर्षांपूर्वीचा इतिहास, वस्तू किंवा वास्तू मिळणं अशक्यच!"

"म्हणून तर पुराणातील उल्लेखांवर आपण अवलंबून राहतो आणि सगळा गोंधळ माजतो. आता एकच उदाहरण घ्या– मनूनं मनुस्मृती लिहिली. चार वर्णांची मांडणी केली आणि त्यातून जातिव्यवस्था निर्माण होऊन आज हिंदू धर्म छिन्न-विच्छिन्न झाला आहे. आता त्या वेळी चातुर्वर्ण्याला विरोध करणारी चार्वाकाप्रमाणे माणसं किंवा ग्रंथ झाले नसतील, असं नाही. पण स्वार्थासाठी त्यांना दडपण्यात आलं आणि चुकीचं रूढ झालं." बाबांनी मत मांडलं.

त्यावर आजोबा हसून म्हणाले "बाबा, हा गोंधळ पाहिला की, कधी कधी माझ्या मनात येतं– कुणी तरी विवेकानंदांसारख्या विवेकी नेत्यानं काळावरच रेघ

मारावी, म्हणजे त्या दिवसापासून जुनं सारं काही विसरून जावं. कवी केशवसुतांनी म्हटल्याप्रमाणे 'जुने जाऊ द्या मरणा लागुनी, जाळूनी किंवा पुरुनी टाका. जुने विसरुनी सारे, ऐका जनहो, पुढच्या हाका' असं करावं. जगातील, भारतातील सर्व लोक समान, एकसारखे मानून सर्वांच्या प्रगतीचा मार्ग खुला करावा.''

त्यावर बाबाही हसले आणि म्हणाले, ''अहो आजोबा, तुमचं म्हणणं कविकल्पना म्हणून ठीक आहे. पण श्रीमंत परदेश आणि भारतीय कोट्याधीश आपल्या हातानं गरिबी ओढवून घ्यायला तयार होतील का? तसं असतं, तर खुद्द विवेकानंदांनाच अवघे शंभर तरुण का मिळाले नाहीत? बरंचसं वाचन आणि खूपसा विचार केल्यानंतर एक गोष्ट माझ्या लक्षात आली आहे की– या सर्व प्रश्नांमागं फक्त एकच कारण आहे. ते म्हणजे, गरिबी. श्रीमंताला त्याचा कोणी वर्ण, धर्म किंवा जात विचारत नाही. जातीचा, धर्माचा, देवाचा पगडा असतो तो गरिबांवर. शिक्षण नाही म्हणून नोकरी नाही आणि नोकरी नाही म्हणून चांगलं, शांत आयुष्य नाही. ही माणसं पोट भरण्यातच इतकी गुरफटून गेलेली असतात की, चांगलं-वाईट याचा विचार करण्यासाठी त्यांना वेळच मिळत नाही. मुळात चांगला विचारच नाही, मग चांगलं वर्तन कसं येणार?

''आजोबा, तुम्ही काळाची एक रेघ मारावी, असं सुचविलंत. ते शक्य दिसत नाही. पण त्यावरून मला एक कल्पना मात्र सुचली. कोणत्याही समाजाचा भविष्यकाळ नेहमी तरुण घडवतात. सध्याचे तरुणही तसे कर्तबगार आहेत. पण ते जुन्या विचारांच्या कुटुंबीयांत अडकले असल्यानं स्वतंत्रपणे विचार करू शकत नाहीत. त्यासाठी त्यांना कुटुंबीयांपासून तोडलं पाहिजे. म्हणजे असं की, सहा वर्षे पूर्ण होणाऱ्या प्रत्येक मुला-मुलीला शिक्षण मोफत, निवासी व सक्तीचं केलं पाहिजे. अशा सर्व मुला-मुलींसाठी प्रत्येक तालुक्यात वसतिगृह असलं पाहिजे. प्रत्येकानं अशा सरकारी वसतिगृहात राहूनच सर्व शिक्षण पूर्ण करायचं. त्यामुळे सर्वांना एकसारखं शिक्षण मिळेल. फीअभावी शिक्षण रखडणार नाही आणि गुणवान मुलं हवं तेवढं शिकून स्वतःचा व देशाचा विकास करू शकतील. दिवाळी व मेच्या सुटीत घरी राहून कुटुंबीयांशी संबंधही राखू शकतील. या सर्व योजनेसाठी मोठा खर्च येईल खरा; पण प्रत्येक पालकाकडून त्याच्या उत्पन्नाच्या प्रमाणात तो आजही करत असलेला खर्च शिक्षणकराच्या स्वरूपात घेऊन खर्च भागवणं शक्य होईल.''

त्यावर आजोबा पट्कन म्हणाले, ''बाबा, म्हणजे हे गुरुकुलच झालं की!

पूर्वी ऋषींचे आश्रम असत, तिथं सर्व श्रीमंत-गरीब विद्यार्थी एकत्र राहात त्यांत राजपुत्रही असत. त्या सर्वांना स्वावलंबनानं शिक्षण पूर्ण करावं लागे. खुद्द राम, कृष्ण वगैरेंनी याच पद्धतीनं शिक्षण घेतलं, म्हणून ते गुणवान निपजले.''

''मी तेच म्हणतोय ना! जुनी गुरुकुल पद्धती पुन्हा सुरू करण्यात यावी. फक्त पूर्वी ऋषींचे आश्रम असत; आता सहकारी वसतिगृहं असावीत. अशा वसतिगृहात सर्व जाती-जमातीची मुलं एकत्र राहिल्यानं त्यांच्यातील जातिभेद कमी होईल. अशा तऱ्हेची शिक्षणव्यवस्था आजही काही देशांत अस्तित्वात आहे. त्यात नवीन काही नाही. परंतु ती सुरू करण्याची इच्छाशक्ती आपल्या सरकारजवळ हवी.'' बाबांनी आपलं म्हणणं पूर्ण केलं.

त्यावर आजोबा म्हणाले, ''बाबा, सध्या आपण इथल्या वसतिगृहात लक्ष घातलं आहे. त्या ठिकाणी आपण आता बोललो, त्यापैकी काही करता येईल का?''

बाबा लगेच म्हणाले, ''अहो आजोबा, सध्याही अशी वसतिगृहं आहेतच की! साताऱ्याचे भाऊराव पाटील, कोल्हापूरचे शाहूमहाराज यांनी फार मोठ्या प्रमाणावर अशीच वसतिगृहं चालवली. त्यांतून काही मोठी मंडळीही निर्माण झाली, परंतु त्यातून संबंध समाज बदलू शकला नाही. कारण अशा वसतिगृहांची क्षमता मर्यादित असते. ती फक्त शिक्षणापुरतीच मदत करू शकतात. एकदा मुलगा बाहेर पडला की, त्याचा वसतिगृहाशी संबंध तुटतो आणि तो मुलगा समाजाच्या बऱ्या-वाईट वातावरणाचा भाग बनतो.

''खरं म्हणजे राष्ट्रउभारणीच्या धोरणाचा भाग म्हणून शिक्षणाकडं पाह्यलं गेलं पाहिजं. आज विद्यार्थ्याला चरितार्थाचं साधन उपलब्ध करून देण्याचं एक ठिकाण ही शिक्षणाची संकुचित धारणा सरकारनं बदलायला हवी. वास्तविक, सरकारकडं सर्व प्रकारची माहिती आणि साधनं उपलब्ध असतात. तिचा वापर करून देशाचं संकलित धोरण ठरवलं जायला हवं.

''गेली साठ वर्षे अनेक पंचवार्षिक योजना, कोट्यवधी रुपये खर्च करून राबवल्या गेल्या. उद्योगांत, शेती उत्पादनात भरपूर वाढही झाली; पण श्रीमंत अधिक श्रीमंत झाले आणि गरीब अधिक गरीब झाले. बाजारात धान्य आहे, पण ते खरेदी करायला गरीब लोकांकडे पैसेच नाहीत म्हणून अनुदान योजना सुरू झाल्या. पण त्यातून भ्रष्टाचार वाढला. गरिबांची स्थिती तशीच राह्यली.'' बाबा नि:श्वास सोडत म्हणाले.

''बाबा, आपण बोलताना कुठून कुठं आलो! सुरुवात झाली ऐतिहासिक

स्मारकांच्या जतनावरून– त्यातून पुराणे व इतिहासाच्या सत्यतेचा प्रश्न निघाला– त्यातून शिक्षणाकडं वळलो– त्यातून गरिबीचा प्रश्न निघाला. गंमत आहे, नाही?'' आजोबा म्हणाले.

"बरोबर आहे. कारण अर्थकारण, शिक्षण, राजकारण, समाजकारण, धर्मकारण हे विषय वरवर पाहता निराळे वाटले तरी मानवी जीवनाशी ते निगडित असतात. त्याचा एकत्रित, साकल्यानं विचार करावा लागतो. तसं आपण करत नाही, म्हणून तर आजचा गोंधळ माजला आहे.'' बाबांनी मत व्यक्त केलं आणि त्या दिवशीचा वाचन कार्यक्रम संपला.

- ० -

बारा

दि. ४ एप्रिल. सागरबाबा कोळथरेत आल्याला वर्ष झालं. गेल्या वर्षात त्यांनी सुरू केलेले सर्व उपक्रम व्यवस्थित चालू होते. एक वर्षापूर्वी ते तिथं आले. तेव्हा अनेक अडचणी होत्या. पण त्यावर त्यांनी मात करून आपलं बस्तान बसविलं होतं. सबंध गावभर त्यांच्या ओळखी झाल्या होत्या. प्रत्येक जण त्यांना आपलेपणानं भिक्षा वाढत होता. त्यामुळे उपाशी राहण्याची वेळ एका वर्षात त्यांच्यावर कधीही आली नव्हती.

सुरवातीस अगदी मोजके असलेले उपक्रम आता दिवसभराचे बनले होते. त्यांतून सवड काढून त्यांनी पंढरपूरची पायी वारी केली होती. शिवथर घळ, रायगड इथं जाऊन आले होते.

या संबंध वर्षात बाबांना महाजन आजोबांची मोठी मदत झाली होती. किंबहुना, ते पाठीशी होते, म्हणूनच त्यांना एवढं काम करता आलं होतं.

वर्षानंतर त्यांचा दिनक्रम भरगच्च बनला होता. आता ते सकाळी पावणेसहाला उठत. समुद्रकाठीच प्रातर्विधी आटोपून सहा ते सात किनाऱ्यावर वाळूत प्रार्थना, प्राणायाम व व्यायाम महाजन आजोबांच्या बरोबरीनं करत. सात ते दहा पहिल्या दिवसापासून वाळूत उभं राहून गायत्री मंत्राचं पुरश्चरण चालूच होतं. दहा ते बारा ठरलेल्या गावी भिक्षा मागत. बारा ते एक देवळाच्या कोपऱ्यात खिचडी शिजवून खात. नंतर एक ते तीन विश्रांती घेत. तीन ते पाच आजोबांच्या घरी ग्रंथाचं वाचन चाले. पाच ते सहा किनाऱ्यावर औषधोपचार, प्रार्थना व प्रश्नोत्तरं असा कार्यक्रम होई. सहा ते सात विद्यार्थी वसतिगृहात अभ्यासवर्ग चाले. नंतर बाबा देवळात येऊन खिचडी खात व रात्री नऊ वाजता देवळात किंवा किनाऱ्यावर झोपी जात.

बाबा देवळात आल्यापासून देऊळ स्वच्छ झालं होतं. बाबांना जास्त वेळ किनाऱ्यावर काढायला आवडे. पण दोन्ही वेळची खिचडी शिजवणं, दुपारची विश्रांती घेणं ऊन/ पावसाच्या दृष्टीनं देवळात करणं सोईचं पडे. पुण्याहून आणलेले जादाचे कपडे, पैसे बाबांनी आजोबांच्या घरी ठेवल्यानं बाबांना त्याची काळजी नव्हती आणि बाकी चोरीला जाण्यासारखं त्यांच्याकडं

काही नव्हतंच.

सहलीव्यतिरिक्त बाबा कधीही आजोबांच्याकडं पैसे मागत नसत, कारण त्यांना पैशाची गरजच भासत नसे. परगावी जाताना भाड्यासाठी लागतील तेवढेच पैसे ते आजोबांकडून घेत आणि परत येताच खर्चाचा हिशोब देऊन उरलेले पैसे परत करत. त्यामुळे त्यांनी आजोबांचा मोठा विश्वास प्राप्त केला होता. वर्षात पाऊस, थंडी, ऊन येऊन गेलं; परंतु बाबा कमी खात, भरपूर चालत, त्यामुळे कधी आजारी पडले नाहीत. आणि किरकोळ सर्दी, पडसं, खोकला असे आजार आले; पण त्यांनी त्यावर स्वत:च्या सूर्य आरोग्य केंद्राचं औषध घेतलं.

बाबांचा कोळथऱ्यात येण्याचा मुख्य उद्देश रामदासी पद्धतीनं जगून देवाचा शोध घेणं, हा होता. आणि रामदासांच्या मार्गानंच ते योगसाधना, पुरश्चरण गेले वर्षभर करीत होते. आजोबांच्या मदतीनं सर्व महत्त्वाचे धार्मिक ग्रंथ वाचून काढले होते, त्यांवर चर्चा करून समजावून घेतले होते; परंतु अजूनही देवाचा धागादोरा त्यांना सापडला नव्हता. पण त्यांना वाटलं– 'रामदासांनी बारा वर्षं पुरश्चरण केलं, तेव्हा त्यांना ज्ञान प्राप्त झालं. असं असताना मला एकाच वर्षात ज्ञान व्हायला माझा देवाकडे वशिला थोडाच आहे? तेव्हा अजून काही काळ तरी काढायलाच हवा. साधी खिचडी शिजवायलासुद्धा ठरावीक वेळ लागतो. मग हे तर तत्त्वज्ञान आहे!'

त्या दिवशी दुपारी बाबा नेहमीप्रमाणे आजोबांकडं वाचायला गेले. तेव्हा आजोबांनी बाबांचं वर्धापनदिनानिमित्त अभिनंदन केलं. त्यावर बाबा नुसते हसले. त्या दिवशी संध्याकाळी बाबा आणि आजोबा नेहमीप्रमाणे वसतिगृहात अभ्यासवर्गासाठी गेले, तेव्हा एक नवीनच अडचण उभी राहिली.

त्या वसतिगृहात उस्मान नावाचा दहा वर्षांचा एक मुसलमान विद्यार्थी राहत होता. त्याचे वडील जवळच्या गावी समुद्रकिनारी झोपडीत राहात आणि मासेमारी करून जगत. त्याच्या घरात वडील, आई आणि उस्मान असे तिघंच होते. उस्मानची आई आजारी पडली होती आणि औषध आणायला पैसे नव्हते. म्हणून उस्मान बाबांकडे औषध मागायला आला होता.

बाबांनी आजाराची चौकशी केली; पण आईला ताप येतोय, निजून आहे, – उठतासुद्धा येत नाही– अशी वरवरची माहिती उस्माननं दिली. ती औषध देण्यास पुरेशी नव्हती म्हणून बाबांनी सांगितलं, "उद्या संध्याकाळी आईला घेऊन किनाऱ्यावर ये. मी तपासतो आणि औषध देतो."

"पण बाबा, तिला उठवतसुद्धा नाही; ती कशी येणार?" म्हणत तो रडू लागला. बाबांना काय करावं, तेच कळेना. त्यांनी आजोबांच्या तोंडाकडं पाहिलं

म्हणून आजोबा म्हणाले,

"अरे, आम्ही तरी कसं येणार?"

"तुम्ही हो म्हणा. मी उद्या पहाटे उठून घरी जातो आणि बाबांना घेऊन होडीनं येतो. बाजूच्या डोंगरापलीकडंच आमचं घर आहे. दहा-पंधरा मिनिटांत पोचू. रस्त्यानं जायला तासभर लागतो." उस्मान हात जोडून म्हणाला.

बाबा आणि आजोबा यांच्यापुढं धर्मसंकट उभं राह्यलं. बाबा काही प्रशिक्षित डॉक्टर नव्हते, तर भगवे कपडे घालणारे एक साधे रामदासी होते. जावं तर लोक काय म्हणतील? आणि न जावं तर मग लोककल्याणाचं काय? उस्मानचा आपल्यावर विश्वास आहे, म्हणून तो विनवतो आहे. या विश्वासाला आपण तडा जाऊ द्यायचा का?

क्षणभरच बाबांनी विचार केला आणि म्हणाले, "ठीक आहे. उद्या सकाळी सात वाजता होडी घेऊन किनाऱ्यावर ये. येतो मी. आईला तपासून औषध देतो." आणि त्यांनी आजोबांकडे पाह्यलं. त्यांना काय वाटलं, कोण जाणे! आजोबा पट्‌कन म्हणाले, "बाबा, मी पण तुमच्याबरोबर येतो."

दुसऱ्या दिवशी सकाळी बाबा आणि आजोबा प्राणायाम, व्यायाम आटोपून सात वाजता तयार झाले. घरच्यांनी जाण्यास कदाचित परवानगी दिली नसती, म्हणून आजोबांनी उस्मानकडं जाणार असल्याचं घरी सांगितलंच नाही.

सातच्या सुमारास उस्मान आपल्या वडिलांना घेऊन होडीनं आला. होडी चौघं बसतील एवढी छोटी होती. होडी पाण्यातून बाहेर ओढून उस्मान वडिलांना घेऊन बाबांपाशी आला आणि त्यानं वडिलांची बाबा-आजोबांशी ओळख करून दिली.

"हे सागरबाबा आणि हे महाजन आजोबा."

"सलाम!" उस्मानच्या वडिलांनी सलाम केला. त्यांना बाबा व आजोबांनी नमस्कार केला आणि चौघे जण होडीत बसले. बाबांनी बरोबर पिशवीत औषधांची पेटी आणि पुस्तक घेतलं होतं. उस्मानचे वडील होडी वल्हवत होते. किनाऱ्याच्या कडेकडेनं त्यांची होडी डोंगर ओलांडून दहाच मिनिटांत झोपडीपाशी आली. उस्मानच्या वडिलांचं आयुष्य मासेमारी करण्यात गेलं होतं. त्यामुळे बाबा-आजोबांना ह्या छोट्या प्रवासाचा काहीच त्रास झाला नाही.

महाजन आजोबांचं आयुष्य कोळथऱ्यातच गेलं होतं, परंतु यापूर्वी त्या वस्तीत ते कधी आले नव्हते. म्हणून तो परिसर त्यांनाही नवीनच होता. बाबा तर त्या भागात नवखेच होते.

किनारा येताच उस्मान व त्याच्या वडिलांनी होडी पाण्याबाहेर ओढली आणि बाबा व आजोबा होडीतून उतरून झोपडीकडे निघाले. आता कुठं सव्वासात वाजत असल्यानं कोळथऱ्याच्या त्या छोट्या वस्तीत तशी शांतताच होती. उस्मान व वडिलांच्यामागं बाबा, आजोबा एका झाडाखाली असलेल्या झोपडीत आले. जेमतेम चार माणसं बसतील एवढी लहान झोपडी होती.

जमिनीवर एक फाटकी सतरंजी अंथरली होती आणि तिच्यावर उस्मानची आई गोधडी पांघरून कण्हत पडली होती. उस्माननं बसायला काही तरी अंथरलं. त्यावर बाबा व आजोबा बसले.

त्यांना पाहून उस्मानच्या आईनं झोपल्या-झोपल्याच हात जोडले आणि कण्हत म्हणाली, "मेरा पेट दुखता है. तेज बुखार भी है. क्या करूँ?"

बाबांच्यापुढे प्रश्न पडला. पोट दुखतंय, म्हणजे ते हात लावून तपासायला हवं. पण ही एक मुस्लिम स्त्री; आपण साधू– मग काय करावं? त्यांनी उस्मानच्या वडिलांकडं पाह्यलं. त्यांना बाबांचा प्रश्न कळला असावा. ते म्हणाले, "बाबा, डॉक्टर अल्लासमान होता है. आपको जो करना है वो करो. शरमाओ मत."

बाबांनी उस्मानच्या आईचं पोट तपासलं. काही तरी वेगळं खाल्ल्यानं अपचन झाल्यानं ते डब्ब झालं होतं. त्यामुळेच ताप येत होता. बाबा म्हणाले, "काळजी करण्यासारखं काही नाही. अपचन झालंय. मी औषध देतो. पोट साफ झालं की बरं वाटेल. यापुढं मासे थोडे कमी खा. ते तुम्हाला पचत नाहीत. दोन दिवस चहाशिवाय मात्र काही घेऊ नका." आणि बाबांनी पेटीतील गोळ्या पुडीत बांधून दिल्या. त्या कशा घ्यायच्या, ते समजावून दिलं आणि बाबा निघाले. तेवढ्यात उस्मानचे वडील म्हणाले, "चाय तो लेकर जाओ."

बाबांनी पाह्यलं– घरात दूध, पाणी काही दिसत नव्हतं आणि जवळ हॉटेलही नव्हतं. म्हणून बाबा पट्‌कन म्हणाले, "नको. आत्ता नको. पुढच्या वेळी घेऊ."

त्यावर उस्मानच्या वडिलांनी दोन्ही हात जोडले आणि म्हणाले, "ठीक है! बहोत बहोत शुक्रीया!"

बाबा-आजोबा जसे गेले त्याच मार्गानं सुमारे अर्ध्या तासात परत आले. आणि उस्मान व त्याचे वडील होडी घेऊन निघून गेले. आजची ही घटना म्हणजे बाबा-आजोबांना एक नवा अनुभव होता. त्यावर बोलावं, असं दोघांनाही वाटत होतं. पण बाबांना पुरश्चरण होतं, तर आजोबांना घरी जायची घाई होती. म्हणून ते निघून गेले आणि बाबा आपल्या कामाला लागले.

दिवसभर हा विषय दोघांच्याही मनात घोळत होता. दुपारी वाचनाच्यावेळी

दोघे एकत्र आले, तेव्हा सुरुवातीसच हा विषय निघाला.

बाबांनी विचारलं, "आजोबा, सकाळच्या घटनेबाबत तुम्हाला काय वाटतं?"

"माझ्या मनात दोन प्रश्न निर्माण झाले आहेत. पहिला– हिंदू-मुस्लिम संबंधांचा आणि दुसरा गरिबीचा." आजोबांनी उत्तर दिलं.

त्यावर बाबा म्हणाले, "हे दोन्ही प्रश्न भारतात जुनेच आहेत, पण दोन्हीही सुटत नाहीत. त्याचं कारण सरकारची अस्थिर भूमिका. वास्तविक, फाळणीच्या वेळी लोकसंख्येची अदलाबदल हा एक मार्ग होता. म्हणजे मुस्लिमांची संख्या खूप कमी झाली असती आणि आज मुस्लिम मतदारांना सत्तासंपादनात जे महत्त्वाचं स्थान निर्माण झालं आहे, ते झालं नसतं. आजही हा प्रश्न ठाम भूमिका घेऊन सोडवता येणं शक्य आहे. भारत हे हिंदुराष्ट्र नाही, तर लोकशाही समाजवाद मानणारं राष्ट्र आहे. म्हणजे कोणताही निर्णय धर्माच्या पायावर न घेता लोकशाहीच्या पायावर घेण्याचं स्वातंत्र्य आपल्याला आहे. म्हणजे बहुपत्नीत्व किंवा कुटुंबनियोजन हे प्रश्न लोकहिताचे ठरवून तसा कायदा करता येतो. मुस्लिम पुढं करीत असलेलं धर्माचं कारण मानण्याची काहीही गरज नाही. पण मुस्लिम मतांच्या अपेक्षेनं लांगुलचालन केलं जातं आणि प्रश्न तसाच राहतो. या बोटचेप्या धोरणानं देशाचे दोन तोटे होतात. मुस्लिम समाजाची संख्या वाढून दबाव वाढतो व हा समाज गरीब असल्यानं देशातील गरिबीही वाढते."

"पण बाबा, मुसलमान पुरुषांना चार-चार लग्नं करण्याची परवानगी असल्याचं कुराणात म्हटल्याचं सांगण्यात येतं, त्याचं काय?" आजोबांनी विचारलं.

"हे साफ खोटं आहे. मी स्वत: कुराण वाचलं आहे आणि तशी परवानगी आहे; सक्ती नाही. आणि तीसुद्धा लढाईत घरचा पुरुष मारला गेला, तर त्याची बायको व मुलं उघडी पडू नयेत, यासाठी." बाबांनी उत्तर दिलं.

"बाबा, बरं झालं– गरिबीचा प्रश्न निघाला. कारण याबाबत मी कालच काही महत्त्वाची माहिती वाचली. त्यात म्हटलं आहे की, आज आपल्या देशातील संपत्तीपैकी निम्मी संपत्ती बोटावर मोजण्याइतक्या मोठ्या उद्योगपतींकडं आणि बाकीची निम्मी संपत्ती बाकीच्या एकशेदहा कोटी जनतेकडं आहे. हीच सर्व संपत्ती एकत्र करून सर्वांना सारखी वाटली, तर देशातील प्रत्येक कुटुंबाला दरमहा पुरेसं उत्पन्न आणि राहण्यास दोन खोल्या मिळू शकतील. म्हणजे गरिबीचा प्रश्न सहजपणे सुटण्यासारखा आहे." आजोबा उत्साहानं म्हणाले.

त्यावर बाबा हसून म्हणाले, "अहो आजोबा, हे कागदी घोडे आहेत. आणि समजा तसं झालं, तर उद्या तुम्हाला मोठ्या घराऐवजी दोन खोल्यांत राहावं लागेल

आणि महिन्याचं उत्पन्न तीस हजारांऐवजी दहा हजार होईल. उलट, उस्मानला झोपडीऐवजी दोन खोल्या आणि हातावर पोटाऐवजी महिना दहा हजार रुपये मिळतील. हे तुम्हाला चालेल का?''

बाबांच्या प्रश्नानं आजोबा चक्रावलेच. आपली माहिती आपल्याच अंगाशी आल्याचं पाहून ते चाचरत म्हणाले, ''बाबा, आपली सध्याची स्थिती कमी करायला कोण तयार होईल? वाढवू नका, पण कमी तरी करू नका.''

''आजोबा, पाह्यलंत? हेच भारतातील प्रत्येक श्रीमंताचं म्हणणं आहे. आणि त्यात सर्व आमदार, खासदार आले. त्यामुळेच गरिबी दूर करण्याबाबत तातडीनं उपायाचा निर्णय घेतला जात नाही; फक्त मलमपट्टी केली जाते. रशिया, चीन यांसारख्या समतावादी देशांनी हा प्रयोग करून पाह्यला, पण तोही फारसा यशस्वी झाला नाही. आता याबाबत एक मार्ग आहे. तो म्हणजे, वरच्या वर्गाची आजची स्थिती गोठवायची. म्हणजे, आहे तशीच ठेवायची. आणि खालच्या वर्गाची स्थिती सुधारून ती वरच्या वर्गापर्यंत आणायची. पण याचे दोन परिणाम होतील. लाभ मिळणार नसल्यानं उद्योगपती नवीन उद्योग काढणं बंद करतील आणि वरचा वर्ग लाभ बंद होणार असल्यानं कामच करणार नाही किंवा कमी करील. म्हणजे, पुन्हा खालचा वर्ग तसाच राहील. म्हणजे फायदा शून्य!

''याबाबत आणखी तिसरा मार्ग आहे. अविकसित भागात सरकारनं खासगी उद्योगांना भरपूर सवलती देऊन नवे उद्योग काढण्यास प्रोत्साहित करावं आणि ते न आल्यास सरकारनं खासगी उद्योगांच्या सहकार्यानं स्वत: सरकारी कारखाने काढावेत. त्यासाठी उपलब्ध असणारा सर्व पैसा या कामासाठी वळवावा. याचे तीन फायदे होतील. हे कारखाने अविकसित भागात निघणार असल्यानं त्या भागातील बेकारी कमी होऊन त्या भागाचा विकास होईल. पुण्या-मुंबईकडं जाणारे लोंढे कमी होतील आणि या योजनेत खासगी उद्योगांचा सहभाग असल्यानं यशाची आशा बरीच असेल.'' बाबांनी आपलं बोलणं थांबविलं.

''बाबा, तिसरा मार्ग योग्य दिसतो. मग तो प्रत्यक्षात का येत नाही?'' आजोबांनी शंका विचारली.

''कारण सरकारचे गुंतलेले हितसंबध! अहो, मंत्र्यांचे किंवा त्यांच्या नातेवाइकांचेच खासगी उद्योग असतात. ते चांगले चालावेत, म्हणून सरकारी किंवा सहकारी उद्योग बुडविण्याचा जाणून-बुजून प्रयत्न केला जातो. याची दोन ठळक उदाहरणं आहेत. एक म्हणजे– एसटी आणि दुसरी– शाळा-कॉलेजं.''

''म्हणजे बाबा, आपल्या इथली गरिबी दूर होण्याची शक्यताच नाही म्हणा

ना!'' –आजोबा.

"असं नाही आजोबा. आशेला थोडी जागा निर्माण झाली आहे. गुजरात आणि बिहार या दोन राज्यांचे मुख्यमंत्री महत्त्वाकांक्षी आहेत. त्यांनी हा तिसरा पर्याय अमलात आणायला सुरुवात केली आहे. लोक त्यांच्या पाठीशी उभं राहत आहेत. लोकांची स्थिती सुधारत आहे. ही स्थिती पाच वर्षे टिकून राह्यली तर इतर राज्यंही त्याच मार्गानं जाण्याची शक्यता आहे. अशा वेळी तेथील राज्यकर्त्यांना बदलावंच लागेल. नाही तर 'दही गेलं, दूध गेलं; हाती आलं धुपाटणं' अशी त्यांची स्थिती होईल.'' बाबांनी निराश आजोबांना दिलासा दिला आणि त्या दिवशी वाचनाऐवजीची चर्चा संपली.

बाबा उस्मानकडं गेल्याला तीन-चार दिवस होऊन गेले. आई आजारी असल्यानं उस्मान घरी गेला होता, म्हणून अभ्यासवर्गाला येत नव्हता. चार दिवसांनी तो आला आणि त्यानं आई बरी झाल्याचं सांगितलं व बाबा-आजोबांच्या पायांना हात लावून नमस्कार केला. ते पाहून इतर मुलांच्या मनातील बाबा व आजोबांविषयीच्या आदरात वाढच झाली.

अभ्यासवर्गाहून परत येताना आजोबा बाबांना सहज म्हणाले, "बाबा, आपण उस्मानसाठी काय विशेष केलं? जाऊन नेहमीचंच औषध दिलं. पण त्याला केवढं अप्रूप वाटतं आहे!''

"आजोबा, त्याला बरीच कारणं आहेत. एक तर उस्मानकडं पैसे नव्हते. मग औषध कोण देणार? ते आपण फुकट दिलं. दुसरं म्हणजे, आई येऊ शकत नाही. मग व्हिजिट फी घेतल्याशिवाय डॉक्टर कोण येणार? आपण व्हिजिट फी न घेता गेलो. तिसरं म्हणजे, चहा घ्यायला नम्रपूर्वक नकार दिला. आणि चौथं सर्वांत महत्त्वाचं म्हणजे आपण दोघं ब्राह्मण आणि मी रामदासी असूनही मुसलमानाच्या झोपडीत औषध द्यायला गेलो. ब्राह्मण हे कट्टर आणि कर्मठ असतात, असा मुसलमानांचा समज असतो. त्याला आज तडा गेला. आणि त्याचं रूपांतर आदरात झालं. आजोबा, उस्मानच काय– त्याची आई आणि वडील यांचीही हीच भावना असणार.''

"पण बाबा, मुस्लिम आक्रमकांनी हिंदू देवळं फोडली. हिंदूंना सक्तीनं बाटवलं. म्हणून त्या समाजाविषयी हिंदू समाजात वैराची भावना निर्माण झाली. त्यात काय चुकलं?'' आजोबांनी प्रश्न केला.

त्याला उत्तर देताना बाबा म्हणाले, "आजोबा, त्या वेळी नक्कीच चुकलं

नाही. पण आक्रमकांनी केलेल्या गुन्ह्याची शिक्षा आज चारशे वर्षांनंतर या गरीब माणसांना देणं बरोबर आहे का? नाही तर तसं करणं म्हणजे तू नाही तर तुझ्या वडिलांनी, आजोबांनी नाल्याचं पाणी घाण केल्याबद्दल गरीब छोट्या कोकराला खाऊन टाकणाऱ्या लबाड लांडग्याप्रमाणं व्हायचं आणि असं करणं बरोबर मानलं, तर मग म. गांधींना एका ब्राह्मणानं मारलं म्हणून इतर ब्राह्मणांची घरं जाळणाऱ्या ब्राह्मणेतरांना दोष देता येणार नाही.''

''खरं आहे बाबा. समाजात शांतता नांदायची असेल; तर जुनी वैरं, मनातील एकमेकांविषयीची किल्मिषं काढूनच टाकायला हवीत. कुणी तरी म्हटलं आहे– विकास हवा असेल, तर चांगला शेजारी हवा. आणि शेजार बदलता येत नसेल, तर आहे त्या शेजाऱ्याला चांगलं करायला हवं.'' आजोबांनी मत व्यक्त केलं आणि तेवढ्यात त्यांचं घर आल्यानं चर्चा थांबली.

- ० -

तेरा

हां-हां म्हणता दोन वर्षे उलटली. बाबा, आजोबांनी सुरू केलेला विद्यार्थी वसतिगृहातील संध्याकाळचा अभ्यासवर्ग चांगला चालला होता. या दोघांनाही उत्साह वाटत होताच, पण विद्यार्थीही उत्साहानं भाग घेत होते. त्याला तीन कारणं होती. एक म्हणजे, तीनही विषय रंजक पद्धतीनं शिकवले जायचे. त्यामुळे समजण्यात अडचण येत नव्हती. दुसरं कारण– परीक्षेचं दडपण नव्हतं. आणि तिसरं म्हणजे, बाबा-आजोबा कोणत्याही शंकेचं व्यवस्थित उत्तर देत. वसतिगृहाचे प्रमुखही कधी कधी या अभ्यासवर्गाला हजर राहात.

वास्तविक, या अभ्यासवर्गाचे विद्यार्थी पाचवी ते दहावी अशा निरानिराळ्या वर्गांतील होते, परंतु विषय मात्र सर्वसाधारण स्वरूपाचा असे. त्यामुळे विद्यार्थ्यांच्या सर्वसाधारण ज्ञानात मोठी भर पडली. त्याचा फायदा प्रत्येकाला पाठ्यपुस्तकातील विषय सोपा होण्यात झाला.

विज्ञान विषय शिकविण्यामागे बाबांची निराळी कल्पना होती. सध्या फक्त तीस टक्के विद्यार्थी शाळेत किंवा कॉलेजात विज्ञान विषय घेतात आणि बाकीच्या सत्तर टक्के विद्यार्थ्यांचा विज्ञानाशी संबंधच येत नाही. त्यामुळे प्रत्येक जण व्यवहारात शेकडो वैज्ञानिक वस्तू वापरतो; पण त्या चालतात कशा, कशा तयार होतात, हे त्याला काहीच माहीत नसतं. त्यामुळे त्याची कुतूहलशक्ती वाढत नाही. परिणामी, विद्यार्थी अंधश्रद्ध आणि दैववादी बनतो.

तो दोष दूर करण्यासाठी या अभ्यासवर्गात ‘असा शोध लागावा’ सुचविण्याचा नवा उपक्रम सुरू करावा, म्हणजे विद्यार्थ्यांची कल्पनाशक्ती वाढीस लागेल– अशी कल्पना बाबांना सुचली. ती त्यांनी आजोबांच्या कानावर घातली. ती त्यांना एवढी आवडली की, वर्षातून एकदा सर्वांत चांगला शोध सुचविणाऱ्याला बक्षीस देण्याचं आजोबांनी जाहीर केलं.

त्याच दिवशी संध्याकाळी बाबांनी अभ्यासवर्गाच्या वेळी ही योजना जाहीर केली. ते म्हणाले, “मुलांनो, तुम्ही सर्व जण गरीब आहात. अनेक अडचणींना तोंड देत तुम्ही शिकता

आहात. रोज तुम्हाला किंवा तुमच्या कुटुंबीयांना अनेक संकटांना तोंड द्यावं लागत असेल. त्या वेळी तुमच्या मनात येत असेल– ज्याप्रमाणे गॅस, मोटार, फोन, रेडिओ, टी. व्ही. वगैरे शोध लागल्यानं तुमचं आयुष्य सुखाचं झालं; तसं अमूक एक शोध लागला, तर किती बरं होईल! आपली अडचण, संकट दूर होईल. म्हणून तुम्ही विचार करून, 'असा शोध लागला तर' या योजनेखाली नवीन शोधांच्या कल्पना सुचवायच्या. मात्र, या कल्पना चैनीच्या नकोत. शक्यतो तुम्हा गरिबांच्या गरजेच्या असाव्यात. तुम्ही सुचविलंत म्हणजे लगेच तो शोध लागेल, असं नाही. पण तुमच्या कल्पनेवरून एखाद्या शास्त्रज्ञाला तसा शोध लावण्याची प्रेरणा मिळेल आणि तुम्हा गरिबांच्या गरजा, अडचणी तरी काय आहेत– ते समाजापुढं येईल.

"अशा कल्पना तुम्ही प्रत्येक दिवसाच्या अभ्यासवर्गाच्या शेवटी सुचवायच्या. त्यावर आपण चर्चा करू. आणि हो, सर्वांत चांगली कल्पना सुचविणाऱ्या विद्यार्थ्याला महाजन आजोबा बक्षीस देणार आहेत. तेव्हा आजपासून सुरुवात. अभ्यासवर्गाच्या शेवटी तुम्हा कुणाला सुचवायची असेल, तर सुचवा कल्पना."

मुलांनी टाळ्यांचा कडकडाट करून या योजनेचं स्वागत केलं आणि नेहमीच्या अभ्यासवर्गाला सुरूवात झाली. पण मुलांचं लक्ष त्या दिवशी अभ्यासाकडं नव्हतंच. वर्ग कधी संपतो आणि नव्या शोधाची कल्पना कधी ऐकतो, असं मुलांना होऊन गेलं. बाबांच्या ते लक्षात आलं. म्हणून त्यांनी वर्ग आवरता घेतला आणि कल्पना सुचविण्याची सूचना केली.

थोडा वेळ कुणीच उठलं नाही. सर्व विद्यार्थी एकमेकांच्या तोंडाकडे पाहत होते. शेवटी बाबा म्हणाले, "हे बघा, आजच कल्पना सुचली पाहिजे– असं मुळीच नाही. जेव्हा सुचेल तेव्हा सांगा. आणि घाबरू नका. कोण काय म्हणेल, कोण हसेल, असं मनातही आणू नका. जे सुचेल– तसं न घाबरता सांगा."

आणि आश्चर्य! आठवीतला एक चुणचुणीत मुलगा उठला. म्हणाला, "बाबा, मी एक कल्पना सुचवू का?"

"हो, सुचव ना. का नाही?" आजोबा म्हणाले.

"मला रोज रात्री खूप स्वप्नं पडतात. छान-छान आणि वाईटही. कधी मी स्वप्नात परग्रहावर जातो, तर कधी मला भूत पकडतं. पण जागा झालो की स्वप्नं नाहीशी होतात. पुन्हा पाहता येत नाहीत. सिनेमाप्रमाणं या स्वप्नांचं शूटिंग करता येईल का?" आणि तो मुलगा खाली बसला.

त्याच्या धाडसाचं आणि कल्पनेचं इतर मुलांनी टाळ्या वाजून स्वागत केलं. बाबा व आजोबा खूष झाले.

बाबा म्हणाले, ''या मुलानं न घाबरता कल्पना सांगितली, याबद्दल त्याचं मन:पूर्वक अभिनंदन. आता प्रश्न शोधाचा. सध्याच्या ज्ञानाप्रमाणे प्रत्यक्ष डोळ्यांनी दिसणाऱ्या वस्तूचंच शूटिंग म्हणजे चित्रीकरण करता येतं. आणि स्वप्नातील बहुतेक ठिकाणं, प्रसंग, माणसं काल्पनिक असतात. तेव्हा त्यांचं शूटिंग करणं अवघड आहे. तरीपण स्वप्नसुद्धा झोपेत डोळ्यांना किंवा मनाला दिसतं म्हणजे, त्या वेळेपुरतं तरी ते अस्तित्वात असतं. तेव्हा डोळ्यांना किंवा मनाला झोपताना वायर जोडण्याचा शोध लागला, तर स्वप्नाचं शूटिंग करणं शक्य होईल. ठीक आहे. असा शोध भविष्यात लागो आणि आपल्याला आपली स्वप्नं जागेपणी पाहण्याची सोय होवो, अशी अपेक्षा करून आपण इथं थांबू या.'' असं म्हणत बाबांनी तो वर्ग संपवला.

दुसऱ्या दिवशी दुपारी वाचनाच्या वेळी आजोबांनी 'असा शोध लागला तर.' या योजनेचा मुद्दा चर्चेसाठी घेतला. ते म्हणाले, ''बाबा, तुमची योजना चांगली आहे. पण तिचा उपयोग गरिबांचे प्रश्न पुढं येऊन सुटण्यासाठी झाला पाहिजे. नाही तर विद्यार्थी कालच्याप्रमाणे नुसते स्वप्नाळू व्हायचे!''

त्यावर बाबा म्हणाले, ''तुम्ही म्हणता, ते बरोबर आहे. पण आत्ता कुठं सुरुवात आहे. एवढ्यातच निष्कर्ष काढणं बरोबर नाही.''

आणि दुसऱ्या दिवशी तसंच झालं. त्या दिवशी अभ्यासवर्गात एका मुलानं त्यांना उपयुक्त अशी चांगली कल्पना मांडली. तो म्हणाला, ''बाबा, आमच्या किनारी भागात घरामध्ये खूप उकडतं. ज्यांच्या घरी पंखा असतो, त्यांचं ठीक आहे. पण आमच्यासारख्या गरिबांना पंखा परवडत नसल्यानं दुपारी खूप त्रास होतो. गंमत म्हणजे, या वेळी किनाऱ्यावर वाराही जोरात वाहत असतो. या वाऱ्याचा उपयोग पंखे चालवण्यासाठी होऊ शकणार नाही का?''

त्यावर आजोबा म्हणाले, ''बरोबर आहे. किनारी भागात ही समस्या आहे खरी. महाराष्ट्राच्या काही भागांत वाऱ्यावर पवनचक्की फिरवून वीज तयार केली जाते. पण तो सर्व भाग पठारी आहे. किनाऱ्यावर पवनचक्की चालेल की नाही, हे बघायला हवं. मला त्याची माहिती नाही.''

तेव्हा तो मुलगा पुन्हा उभा राहून म्हणाला, ''आजोबा, पवनचक्की उभारणं मोठं अवघड आणि खर्चाचं काम आहे. मी म्हणतो– तोंडाच्या वाऱ्यानं कागदाचं भिरभिरं जोरात फिरतं; मग किनाऱ्यावरच्या वाऱ्यानं पातळ पत्र्याचा पंखा का फिरू नये? तसं झालं, तर प्रत्येक झोपडीत अगदी कमी खर्चात विजेशिवाय पंखा चालू शकेल.''

त्या मुलाच्या कल्पनेनं बाबा एकदम खूष झाले. म्हणाले, ''त्या पंख्याचा

वारा मिळेल तेव्हा मिळो, पण तुझ्या कल्पकतेनं आज समाधानाचा वारा मात्र नक्की मिळाला!''

आजोबा म्हणाले, ''बाबा, या नव्या कल्पनांचे प्रयोग करून पाहायला हवेत. त्या कल्पना वाया जाता कामा नयेत.''

''बरोबर आहे. पण त्यासाठी खूप खर्च येईल. तरी पण याबाबत काय करता येईल, हे आपण नक्की पाहू.'' असं म्हणून बाबांनी ती चर्चा संपवली.

आपण सुरू केलेल्या एका नव्या उपक्रमाला अनपेक्षित मोठं यश मिळाल्याच्या आनंदात बाबा देवळात परत आले. त्यांनी चूल पेटवून खिचडी शिजवली, खाल्ली आणि भांडी घासायला किनाऱ्यावर गेले.

चांदण्यात ते भांडी विसळत असताना त्यांना सुमारे पंचवीस फुटांवर कोणी तरी पांढरी साडी नेसलेली स्त्री वाळूतून पळत येऊन पाण्यात शिरताना दिसली. बाबांना समजेना– कोण आहे ती! ते बघतच राह्यले. तेवढ्यात ती स्त्री भराभर पाण्यात शिरून मोठी लाट आल्यानं दिसेनाशी झाली. बाबांच्या लक्षात आलं– ती स्त्री जीव देते आहे.

बाबांनी हातातली विसळलेली भांडी किनाऱ्यावर फेकली आणि पाण्यात शिरून सपासप हात मारत त्या व्यक्तीकडे निघाले. त्यांच्या सुदैवानं चांदणं होतं आणि भरतीची वेळ असल्यानं पुढच्या मोठ्या लाटेसरशी ती स्त्री मागं येऊन दिसायला लागली. बाबा झपाट्यानं पुढं गेले, त्यांनी त्या स्त्रीला पकडलं आणि ओढत किनाऱ्यावर वाळूत आणलं. ती स्त्री नाकात पाणी शिरल्यानं श्वासोच्छ्वास करण्यासाठी धडपडत होती आणि प्रचंड घाबरली होती.

बाबांच्या लक्षात आलं की, तिच्या नाका-तोंडात शिरलेलं पाणी तातडीनं बाहेर काढायला हवं, तरच ती वाचेल; नाही तर ती मरेल. काय करावं, असा प्रश्न बाबांपुढं क्षणभर उभा राह्यला. पण पुढच्याच क्षणी त्यांनी तिला वाळूत उताणं झोपवलं आणि तिच्या शेजारी ओणवं बसून तिच्या तोंडावर आपलं तोंड ठेवून भराभर तिच्या नाकात गेलेलं पाणी ओढून बाहेर फेकलं. चार-पाच वेळा असं केल्यावर तिची श्वासनलिका मोकळी झाली आणि ती श्वासोच्छवास करू लागली. उठून बसली. तिनं विस्कटलेले कपडे नीट केले.

ती खूप घाबरली होती. ओल्या पदरानं तोंड झाकून ती म्हणाली, ''कशाला वाचवलंत मला? मला मरायचं होतं. सासरच्या छळाला कंटाळले आहे मी...'' आणि मोठ्यानं रडू लागली.

बाबांना काय करावं, तेच कळेना. आपण एका तरुण स्त्रीला वाचवलं खरं;

पण अशा रात्रीच्या वेळी निर्मनुष्य किनाऱ्यावर आपल्या दोघांना एकटं पाहून गावकऱ्यांना काय वाटेल? ही नस्तीच आफत आली! ही बाब तातडीनं महाजन आजोबांच्या कानावर घातली पाहिजे, असं त्यांनी ठरवलं आणि तिचा हात धरून तिला ओढत आजोबांच्या घरी आणलं.

आजोबा जागेच होते. बाबा आले आहेत म्हटल्यावर लगेच खाली आले. बाबांनी त्या स्त्रीला आजोबांच्या पायांवर ढकललं आणि म्हणाले, "आजोबा, ही बाई समुद्रात जीव देत होती. मी बाहेर काढली, म्हणून वाचली."

तोपर्यंत आजोबांच्या घरातील सर्व मंडळी तिथं जमा झाली. आजोबांनी तिला विचारलं, "कुठली तू?"

उठून बसत, पदर तोंडावर धरून ती म्हणाली, "मी गुहागर तालुक्यातली. लग्नाला आठ वर्षं झाली, पण मूल न झाल्यानं सासरच्यांनी छळ चालवला होता. त्याला कंटाळून काल दुपारी मी घरातून एकटीच निघाले. घरच्यांना समजू नये, लांब कुठं तरी जीव द्यावा म्हणून चालत दाभोळला आले. लाँचनं खाडी ओलांडून अलीकडं आले आणि इथला किनारा सपाट दिसला. खूप खोल पाण्यात चालत जाऊन जीव देता येईल, म्हणून जीव द्यायला गेले– तो या बाबांनी मला बाहेर काढलं...!" आणि ती रडू लागली.

"मग तू आपल्या घरी परत जा." आजोबा म्हणाले. ते ऐकताच ती आजोबांच्या पायांवर पडली. म्हणाली "नको-नकोऽऽ मला इथनं घालवलंत, तर मी पुन्हा जीव देईन."

अशा वेळी हिचं काय करायचं– हा बाबा आणि आजोबा दोघांच्या पुढंही प्रश्न पडला.

तेवढ्यात आजोबांचा मुलगा म्हणाला, "बाबा, हिला आज रात्रभर देवळात राहू द्या. उद्या सकाळी बघू हिचं काय करायचं ते."

आजोबांनाही ती सूचना पसंत पडली. ते म्हणाले, "नाही तरी बाबा, तुम्ही किनाऱ्यावरच झोपता; तेव्हा हिला झोपू दे देवळात."

"माझी काहीच हरकत नाही." म्हणत बाबा निघाले. महाजन आजींनी तिला उरलेलं काही तरी खायला दिलं. ते घेऊन ती देवळात आणि बाबा किनाऱ्यावर झोपायला गेले.

मात्र बाबांना लवकर झोप आली नाही. त्यांच्या मनात येत होतं... 'आपण संसार सोडून इथं आलो आणि हे काय झेंगट गळ्यात पडलं? बरं, बुडणाऱ्याला वाचवणं आपलं कर्तव्यच होतं. तेच आपण केलं. त्यात काय चुकलं? तेव्हा आता

नशिबी आलं त्याला तोंड द्यायला हवं.' आणि बऱ्याच उशिरा त्यांना झोप लागली.

सकाळी आजोबा प्राणायाम-व्यायामासाठी किनाऱ्यावर आले. तेव्हा वाटेत देऊळ लागलं. तिथं त्यांना ती तरुणी सकाळी उठून देऊळ झाडत असल्याचं दिसलं. तेव्हा त्यांना बरं वाटलं. त्यांनी नातीबरोबर तिच्यासाठी चहा पाठवला.

व्यायाम संपल्यावर बाबा म्हणाले, "आजोबा, त्या मुलीचं काय करायचं? संन्याशाच्या घरात तरुण स्त्री पाहिल्यावर लोक काय म्हणतील?"

"बाबा, माझ्याही मनात हाच प्रश्न आहे. मला वाटतं, दिवसभर तिला तिथंच राहू दे. संध्याकाळी गावातले लोक प्रार्थनेसाठी येतातच. हवं तर मी आणखी तिघा-चौघा प्रतिष्ठितांना बोलावतो. त्यांच्या सल्ल्यानं निर्णय घेऊ." बाबांनी ती सूचना मान्य केली व आजोबा घरी परतले.

बाबांनी आपलं पुरश्चरण आटोपलं आणि ते भिक्षेची झोळी घेण्यासाठी देवळात आले; तेव्हा त्यांना ती तरुणी केर, अंघोळ आटोपून कट्ट्यावर बसलेली दिसली.

बाबा तिला म्हणाले, "मी रामदासी साधू आहे. आता भिक्षा मागून आणणार आहे. मी आल्यावर खिचडी करून देईन."

"तुम्ही कशाला– मी शिजवीन ना!"

बाबा काही न बोलताच भिक्षेसाठी निघून गेले. तोपर्यंत रात्रीच्या घटनेची बातमी गावभर पसरली होती. गावात कुजबुज सुरू झाली होती. वाटेत दोघांनी बाबांना हटकलंच. तेव्हा बाबा म्हणाले, "खरं आहे ते. तिचं काय करायचं ते आज संध्याकाळच्या प्रार्थनासभेत ठरणार आहे. तेव्हा प्रार्थनेला या."

बाबा भिक्षाफेरी आटोपून देवळात परतले व खिचडी करायला लागले. तो ती मुलगी त्यांच्या हातातलं पातेलं घेऊन म्हणाली, "बाबा, मी असताना तुम्ही का करता?"

बाबांनी हातातलं भांडं तिच्या हाती दिलं आणि देवळाच्या कट्ट्यावर जाऊन बसले. थोड्याच वेळात खिचडी शिजली. ती तिनं थाळीत घालून बाबांना आणून दिली. बाबांनी ती खाल्ली.अनेक दिवसांनंतर बाबा दुसऱ्याच्या हातची खिचडी खात होते. चव चांगली होती. दोघांचं खाणं होताच तिनं समुद्रावर जाऊन भांडी घासून आणली. बाबा वामकुक्षीसाठी किनाऱ्यावरच्या झाडाखाली गेले, तर ती देवळातच आडवी झाली.

काल रात्रीच्या घटनेतील स्त्रीचा निर्णय होणार असल्यानं त्या संध्या- काळच्या किनाऱ्यावरील प्रार्थना सभेला खूपच गर्दी लोटली. सुरुवातीस नेहमीप्रमाणे औषधोपचार,

प्रार्थना झाल्यावर आजोबांनी आदल्या रात्रीची घटना लोकांना सविस्तर सांगितली आणि शेवटी त्या तरुणीला तिचं म्हणणं सांगण्यास सांगितलं.

ती तरुणी खेडवळ असूनही नाकी-डोळी, नीटस होती. भित्री नव्हती. तिनं तिचा सासरी होणारा छळ तपशीलवार सांगितला आणि शेवटी म्हणाली, "आता तुम्हीच सांगा– मला मूल होत नाही, यात माझ्या एकटीचाच काय दोष? मी आठ वर्षं छळ सोसला. आता मला माहेरचं कुणी नाही. मग जाणार तरी कुठं? म्हणून शेवटचा मार्ग म्हणून जीव द्यायला तुमच्या गावी आले. बाबांनी मला वाचवलं, ही त्यांची चूक. आता तुम्ही मला घालवून द्यायची पुन्हा चूक केलीत, तर जीव देण्यावाचून माझ्यापुढं दुसरा मार्गच नाही."

तिच्या निवेदनानं सभा काही क्षण सुन्न झाली. काय करावं? हो म्हणावं तर ती कुठं राहणार? तिला कोण सांभाळणार? नाही म्हणावं, तर स्त्री हत्येचं पातक गावावर येणार.

तेवढ्यात गावातले बाबांना मानणारे वयस्कर दुकानदार म्हणाले, "पेच खरा अवघड आहे. पण मी एक योजना सुचवतो. बघा पटतीय का ती." लोकांनी कान टवकारले. "काल रात्री आणि आज ही मुलगी बाबांच्या निसर्ग आश्रमात राह्यली, व्यवस्थित वागली. बाबांनी तिला वाचवलं, तेव्हा बाबांनीच तिचा मुलगी म्हणून स्वीकार करावा; म्हणजे सर्व प्रश्न सुटेल. बाबा किनाऱ्यावर राहतातच; ती देवळात राहील. या सूचनेला महाजन आजोबांनी पाठिंबा दिला, तर ती अमलात येणं अवघड नाही." या सूचनेला उपस्थितांनी जोरदार टाळ्या वाजवून पाठिंबा दिला.

महाजन आजोबा म्हणाले, "माझ्या संमतीपेक्षा या सूचनेला सागरबाबांची संमती मिळणं आवश्यक आहे. कारण तिची खरी जबाबदारी बाबांवर असणार आहे; आपल्यावर नाही. तेव्हा बाबा, तुमचं काय मत आहे?"

काही क्षण बाबा थांबले. त्यांनी विचार केला आणि म्हणाले, "खरं म्हणजे... काय बोलावं, हेच मला कळत नाही. मी देवाच्या शोधासाठी म्हणून संसार सोडून साधू बनलो, इथं आलो आणि आज पदरात एक कन्या पडते आहे. कुणी म्हणालं की, संन्याशाला मुलगी कशी झाली, तर मी त्याचं बरोबर उत्तर देईन. मात्र कुणी वेडंवाकडं बोललं, तर ते मला सहन होणार नाही. मी तडक कोळथरे सोडून निघून जाईन– मग तुमची मुलगी तुम्हाला!"

यावर दुकानदार मधेच हस्तक्षेप करून म्हणाले, "असं वेडवाकडं बोलायची कुणाची टाप आहे? असं बोलणाऱ्याची जीभ हसडून मी हातात देईन. बाबा, तुम्ही निश्चिंत असा."

पट्कन ती मुलगीही उठून म्हणाली, ''बाबा, मी काल रात्री बुडून मेलेच होते. तुम्ही मला नवा जन्म दिलात– मग मी तुमचीच मुलगी, नाही का?''

हे ऐकून बाबांनी गावाची योजना स्वीकारली. तेव्हा तिनं बाबांच्या पायाला हात लावून नमस्कार केला व बाबांच्या कुशीत शिरली. बाबांनी तिच्या केसांवरून हात फिरवीत जाहीर केलं– '' आजपासून ही माझी मुलगी. हिचं नवं नाव गायत्री.'' उपस्थितांनी टाळ्यांच्या गजरात प्रार्थना सभेचा शेवट केला.

गायत्री खिचडी करायला देवळाकडे, तर बाबा अभ्यासवर्गाकडे निघाले. वाटेत त्यांच्या मनात येत होतं– 'काय आपलं नशीब आहे, बघा! आपल्याला मुलगी नव्हती, म्हणून पंचाहत्तरीत ही मुलगी मिळाली!'

-०-

चौदा

सागरबाबांच्या जीवनात गायत्री आली आणि बाबांचं जीवनच बदलून गेलं. पूर्वी खिचडी शिजवणं, केर काढणं, भांडी घासणं– अशी सर्वच कामं बाबांना करावी लागत. आता घराचा कारभार गायत्रीनं हाती घेतल्यानं बाबांची कामं बरीच कमी झाली होती. ती बरोबर सहाला उठे. देऊळ झाडून समुद्रावर जाऊन प्रातर्विधी, अंघोळ, धुणं आटोपून देवळात परत येई. ज्या वेळी तिची अंघोळ चाले, त्याच वेळी बाबा-आजोबांचा वाळूत व्यायाम-प्राणायाम चाले. त्यामुळे तिला कोणाची भीती बाळगण्याचं कारणच नसे. समुद्रावरून येताना ती महाजन आजी देत असलेलं थोडं दूध घेऊन देवळात येई आणि त्याचा चहा करून पीत असे. बारा वाजता बाबा भिक्षा मागून आले की, तांदूळ-डाळ निवडून खिचडी बनवे आणि तिचं व बाबांचं जेवण होई. मग थोडी विश्रांती घेऊन पाच वाजता वाळूतील प्रार्थना सभेला जाई. बाबा अभ्यासवर्गाहून आल्यावर खिचडी बनवून जेवून, भांडी घासून नऊच्या सुमारास झोपत असे.

गायत्री मुळातच चुणचुणीत आणि धडधाकट असल्यानं ती अवघ्या एका आठवड्यातच या दिनक्रमाला रुळली. सासरीही तिची कामाबाबत काहीच तक्रार नव्हती; तक्रार होती ती छळाबाबात. इथं छळ नव्हताच. उलट, थोड्या कामात दोन्ही वेळेला जेवायला मिळत होतं. तरी पण सकाळी चहानंतर आणि दुपारी वामकुक्षीनंतर काहीच काम नसल्यानं तो वेळ तिचा कंटाळवाणा जाई.

पण तिचं नशीब चांगलं. महाजन आजोबांची मोलकरीण लवकरच बाळंतपणाच्या रजेवर जाणार होती. आता कामवाली कोठून आणायची, असा प्रश्न महाजन आजींपुढे पडला होता. त्यांच्या डोळ्यांसमोर पट्कन गायत्रीचं नाव आलं. तो विषय त्यांनी आजोबांकडं काढला. पण आजोबा ताड्कन रागावलेच– “काय बोलताय तुम्ही? बाबा म्हणजे देवमाणूस. त्यांच्या मुलीला धुणं-भांड्यांचं काम सांगायचं? हे सुचवताना तुमची जीभ धजली तरी कशी?”

“अहो, तसं नाही–” आजी आर्जवाच्या स्वरात म्हणाल्या, “संन्याशाच्या संसारात ती तरुण मुलगी आल्यानं तिची परवड

कशी होते आहे, हे पाहताहात तुम्ही. दोन्ही वेळेला नुसती खिचडी! बाबांचं ठीक आहे. ते म्हातारे साधू आहेत. पण ही तरुण मुलगी. अशा जेवणानं आजारी पडेल. बरं, काही द्यावं, तर बाबा रागावतील. या निमित्तानं ती रोज घरात यायला लागली तर तिला साड्या, कपडे, गरजेच्या वस्तू देता येतील. तिची गरज भागेल अन् आपली सोय होईल.''

आजींच्या सूचनेत आजोबांना तथ्य दिसलं. पण अडचण होती ती बाबांना कसं विचारायचं याची, म्हणून ''बघतो– बाबांना आडवळणानं सुचवून.'' असं म्हणून तो विषय आजोबांनी तात्पुरता बाजूला सारला आणि त्याच दिवशी दुपारी वाचनाच्या वेळी आजोबांनी हा विषय काढला.

''बाबा, गायत्री वागायला कशी आहे?''

''उत्तम. न बोलता पटापट सारी कामं करते. त्यामुळं ती आल्यापासून मला काही कामच उरलं नाही.''

''ते ठीक आहे. पण ती तरुण आहे, स्त्री आहे. तिनं रात्री एकट्यानं उघड्यावर देवळात झोपणं बरं वाटत नाही.''

''त्याला काय करणार? मी कुठून आणणार घर?''

''तेही बरोबर आहे. असं केलं तर चालेल का पाहा. आमच्या घरात एक खोली रिकामी आहे. तिथं ती पडत जाईल.''

''आणि खोलीला भाडं किती? ते मी कुठून आणू?'' –बाबा.

''बाबा, तुमच्याकडून भाडं कसलं घ्यायचं? पण तुम्हाला अपमान वाटत नसला, तर एक मार्ग आहे. आमची मोलकरीण बाळंतपणाच्या रजेवर जाणार आहे. त्या वेळी आमची अडचण होणार. त्या वेळी तिनं मदत केली, तर आमची सोय होईल.''

''एकदम मान्य. पण याबाबत गायत्रीला विचारा. तिला मान्य, ते मला मान्य. माझी काही तक्रार असणार नाही.''

दुसऱ्या दिवशीच आजींनी याबाबत गायत्रीला विचारलं आणि आपला रिकामा वेळ मार्गी लागणार असल्यानं गायत्रीनं ती योजना एकदम मान्य केली. पुढच्याच आठवड्यात महाजनांच्या घरी गायत्री कामाला जाऊ लागली.

संध्याकाळच्या प्रार्थना सभेला गायत्री पहिल्या दिवसापासूनच येऊ लागली होती. या सभेत म्हटल्या जाणाऱ्या प्रार्थना आणि प्रश्नोत्तरं गायत्रीला खूप आवडायची. एके दिवशी तिनंही धाडस करून बाबांना प्रश्न विचारला.

''बाबा, गणपतीला हत्तीचं तोंड आणि दत्ताला तीन तोंडं– असं विचित्र कसं

काय? मग ते जेवत कसे?''

गायत्रीच्या प्रश्नावर बाबा व आजोबांसह सारेच हसले. बाबा म्हणाले, ''आजोबा, द्या तुम्ही उत्तर.''

बाबांचा आदेश ऐकून आजोबांनी उत्तर द्यायला सुरवात केली– ''गायत्री अगं, हे खरं नाही; ती नुसती कल्पना आहे. तुला गणपती आणि दत्ताची गोष्ट माहीत आहे ना? एकदा पार्वती स्नानाला बसली असताना तिनं पहारेकरी म्हणून गणपतीला दारावर बसवलं आणि कुणी आलं तर आत सोडू नकोस, म्हणून बजावलं. थोड्याच वेळात शंकर आले. त्यांना गणपतीनं अडवलं. काही केल्या सोडेना. शंकर रागावले. त्यांनी त्रिशूळानं गणपतीचं मुडकं उडवलं व आत गेले. शंकरांना पाहून पार्वतीला गणपतीचा राग आला व जाब विचारावयाला ती बाहेर गेली– तो गणपतीचं मस्तक तुटलेलं पाहून ती अतिशय चिडली. तिचा राग नाहीसा करण्यासाठी शंकरांनी दारात असलेल्या दगडी हत्तीचं मुंडकं छाटून गणपतीच्या डोक्यावर बसवलं आणि त्यात प्राण आणला. तेव्हापासून गणपतीला सोंड आली.

''आणि अनसूयेच्या अतिथीधर्माची परीक्षा पाहण्यासाठी एकदा ब्रह्मा, विष्णू व महेश एकत्र गेले. त्या परीक्षेत ती पास झाली, तेव्हा तिला मिळालेल्या वरानं तिघं एकत्रपणे तिच्या घरी राहायला आले. तेच दत्त. म्हणून दत्ताला तीन तोंडं असतात. आता आपण विचार केला पाहिजे. हत्तीचं तोंड असलेला किंवा तीन तोंडांचा माणूस असेल का? यावर मुंबईतील पार्ले येथील टिळक मंदिरानं युक्ती लढवली. लोकमान्य टिळक, रामदासस्वामी आणि शिवाजीमहाराज या तिघांची तोंडं असलेलं तैलचित्र तयार करून घेतलं आणि स्फूर्तिदेवता म्हणून दर्शनी भागात लावलं. आता तुम्ही विचार करा– स्फूर्ती कोण देईल? दत्त का पार्ल्यातील त्रिमूर्ती?–''

''पण आजोबा, हे गोष्टीतले देव खरे नसतील, तर पावणार कसे? मग लोक कशाला नवस करतात?''

''ते तू नवस करणाऱ्यांनाच विचार!'' आजोबा गप्प बसल्यानं बाबांनी उत्तर दिलं.

प्रश्नोत्तराच्या किंवा अभ्यासवर्गाच्या वेळी श्रोते आणि विद्यार्थी कधी कधी असे विचित्र प्रश्न विचारून बाबा-आजोबांना अडचणीत आणीत.

एकदा अभ्यासवर्गात 'असा शोध लागला तर' या उपक्रमात एका विद्यार्थ्यानं टारगटपणानं प्रश्न विचारला. तो म्हणाला, ''कपड्याच्या आत काय आहे, हे दिसू शकणाऱ्या चष्म्याचा शोध लागला पाहिजे. म्हणजे चोरांच्या खिशात, बॅगमध्ये लपवलेल्या चोरीच्या वस्तू पोलिसांना दिसू शकतील...'' आणि तो हसत खाली

बसला.

त्या विद्यार्थ्याचा वाईट हेतू बाबांच्या लक्षात आला. पण तो न दाखवता बाबांनी उत्तर दिलं, ''असा शोध यापूर्वीच लागला आहे. त्याला म्हणतात क्षकिरण–एक्सरे. या किरणांच्या साह्यानं शरीरातील हाडं पडद्यावर दिसतात. त्यांचे फोटो काढता येतात. त्यामुळे ऑपरेशन करणं सोपं जातं. शिवाय विमानतळावर प्रवाशांच्या बॅगा तपासण्यासाठी हा शोध वापरतात.''

मात्र एखादे वेळी मुलं चांगला, उपयुक्त शोधही सुचवत. कोळी समाजाच्या उस्माननं सुचविलं, ''आम्हाला रात्रंदिवस पाण्यात काम करावं लागतं. त्यामुळे कधीही बुडण्याची भीती असते. त्यासाठी माणसाला माशाप्रमाणं कृत्रिम कल्ले बसविण्याचा किंवा डोकं पाण्याखाली गेलं तरी हवा मिळण्याचा शोध लागला पाहिजे. म्हणजे माणूस बुडाला तरी नाका-तोंडात शिरलेलं पाणी बाहेर पडेल आणि डोकं पाण्याखाली असलं, तरी श्वास घेता येईल.''

बाबा त्यावर म्हणाले, ''यापैकी कृत्रिम कल्ले अजून शोधलेले नाहीत; मात्र तोंड पाण्याखाली असलं तरी श्वास घेण्यासाठी वापरता येणारा मास्क निघाला आहे. तो सागरी क्रीडा केंद्रात वापरतात. यात एका मास्कला वर तोंड असलेली प्लॅस्टिकची उभी नळी बसवलेली असते. त्यामुळे तोंड पाण्याखाली असतानाही ही नळी पाण्याच्यावर असल्यानं श्वासोच्छ्वास करता येतो. हे मास्क कोळ्यांनी वापरावेत, म्हणजे धोका कमी होईल.''

तेवढ्यात आणखी एक विद्यार्थी उभा राहिला. म्हणाला, ''बाबा, मला एक शोध सुचतोय.''

बाबांनी 'सांग' म्हटल्यावर तो बोलू लागला. ''सध्या आपण माणूस मेल्यावर जाळतो किंवा पुरतो, पण त्यामुळं त्यानं आयुष्यभर कष्ट करून मिळवलेलं ज्ञान नष्ट होतं. हे टाळण्यासाठी मेल्यावर लगेच माणसाचा मेंदू काढून तो इतर अवयवांप्रमाणे दुसऱ्या माणसाच्या डोक्यात बसवण्याचा किंवा त्यातील सर्व ज्ञान टेप करण्याचा शोध लागायला हवा.''

हा शोध ऐकून आजोबा कमालीचे खूष झाले. म्हणाले, ''असं झालं असतं, तर ज्ञानेश्वरांचं ज्ञान पुढंही चालू राह्यलं असतं. आपला खूप मोठा फायदा झाला असता. असा शोध लागेल तेव्हा लागेल, पण अशी नॉव्हेल आयडिया सुचविल्याबद्दल मी या विद्यार्थ्याला ५०० रुपयांचं बक्षीस देत आहे.''

या घोषणेनं मुलांना उत्साह आला. त्यांपैकी एक जण उठून म्हणाला, ''बाबा, तुम्ही आम्हाला शोध विचारता. तुम्ही एखादा शोध सांगा ना–'' त्याला

इतरांनी 'हो, हो' म्हणत पाठिंबा दिला.

तेव्हा बाबा म्हणाले, "मी एक शोध नाही– पण खंत व्यक्त करतो. आमच्या पिढीपर्यंतचे लोक देव-देव करत राह्यले आणि पश्‍चिमी देश पुढं गेले. अजून खूप वर्षांनी पृथ्वीवर प्रलय होणार, हे नक्की आहे. आपला धर्म नष्ट होऊ नये म्हणून प्रलयापूर्वी चंद्र किंवा इतर ग्रहावर काही निवडक जोडपी पाठविण्याचा व प्रलयानंतर मानवजात टिकविण्याचा विचार पाश्‍चात्त्य देशांत आतापासून सुरू झाला आहे. त्यापासून आपण धडा घेतला पाहिजे. तुम्ही मुलांनी देव-देव करत न बसता काही भारतीयही कसे वाचतील याचे प्रयत्न केले पाहिजेत; नाही तर आपण पूर्वीप्रमाणे नव्या अवताराची वाट पाहत बसायचो आणि प्रलयात संपूर्ण नष्ट व्हायचो!"

काय योगयोग पाहा! कोळ्यांनी मासेमारी करायला जाताना त्यांना सुरक्षा साधनं देण्याबाबतची चर्चा अभ्यासवर्गात झाल्यानंतर आठवडाभरातच उस्मानच्या वडिलांना समुद्रात अपघात झाला. उस्मान शिकत असल्यानं ते एकटेच मासे पकडायला जात. स्वत:ची काळजी घेत. पण त्या दिवशी अचानक छोटं वादळ झालं. त्यांची होडी उलटली आणि महाकाय लाटांमध्ये ते बुडाले. नेहमीप्रमाणे ते परत आले नाहीत, म्हणून इतर मच्छीमारांनी त्यांचा शोध घेतला; परंतु समुद्रावर हेलकावे खाणारी त्यांची होडी मिळाली; पण त्यांचा शोध लागला नाही. त्यांना माशांनी खाल्लं असावं, असं समजून शोध घेणाऱ्यांनी त्यांची होडी ओढून किनाऱ्यावर आणली. ते बेपत्ता झाल्याची बातमी त्यांच्या बायकोला पोचवली.

ही बातमी ऐकून उस्मानच्या आईवर आकाशच कोसळलं. उस्मानला बोलावून घेतलं. तो अवघा पंधरा वर्षांचा होता. तो तरी बिचारा काय करणार? रड-रड रडला आणि शेवटी थांबला. उस्मानची आई तशी धीराची. तिनं विचार केला– उस्मान पंधरा वर्षांचा. नववीत आहे. दोन वर्षं कशी तरी काढली, तर उस्मान एस. एस. सी. होईल. कुठं तरी कामाला लागेल. तोपर्यंत नातेवाइकांच्या मदतीनं कसे तरी दिवस काढू. तिनं हा विचार उस्मानच्या कानावर घातला. त्यालाही तो पटला. त्या रात्री तिनं उस्मानला आणखी एक गुप्त बातमी सांगितली. तिनं एक लाकडी पेटीतून एक रेशमी बटवा काढला. उघडून हातावर ओतला. त्यातून पन्नासभर सोन्याची नाणी बाहेर पडली.

ती म्हणाली, "उस्मान बेटा, तुझ्या बाबांना काही दिवसांपूर्वी ते मासेमारीला गेले असताना एक छोटी पेटी तरंगताना पाण्यावर दिसली. त्यांनी कुतूहल म्हणून ती बाहेर काढली. त्यात हा बटवा मिळाला. कुठल्या तरी उलटून बुडालेल्या जहाजावरील ही पेटी असावी. त्यांनी ती पेटी फेकून दिली. बटवा घरी आणला. माझ्याकडे देत

म्हणाले, ‘अल्लानं आपल्यावर खैर केली. आपल्या दरिद्री संसाराला मदत केली. हा बटवा जपून ठेव. अडचणीच्या वेळी त्याचा वापर करू.’

“उस्मान, आज आपण अडचणीत आहोत. पण तुझे बाबा नाहीत. ही नाणी कुणा विश्वासू माणसामार्फत विकली, तर तुझं शिक्षण पूर्ण होईपर्यंत मदत होईल. पुढं तुला धंद्यासाठी उपयोगी पडतील.”

आईचा हा विचार उस्मानला पटला. पण प्रश्न होता– ही नाणी कुणामार्फत विकायची? असं कोण विश्वासू आहे? त्याला कुणी आठवेना. कारण त्यांचे बहुतेक जातवाले गरीब होते. त्यामुळे त्यांचा विश्वास धरता येईना. शिवाय इतरांच्या कानी गेलं, तर नाणी जप्त होण्याची भीती होती. त्या रात्रभर उस्मानच्या डोक्यात तोच विचार घोळत राह्यला. पहाटे त्याला अचानक सागरबाबांचं नाव आठवलं.

उठल्यावर चहा पिताना उस्माननं सागरबाबांचं नाव आईला सुचवलं. आई पट्‌कन म्हणाली, “वो फकीर? वो कायके काम का?”

“माँ, अशा प्रकरणात फकीरच उपयोगी पडेल. कारण त्याला कसलीच अपेक्षा नसते. नाही तर बाबांना आपलं गाव सोडून इथं किनाऱ्यावर राहून गावकऱ्यांसाठी, आम्हा विद्यार्थ्यांसाठी हे सारं करण्याची काय गरज होती? त्यांचा– आपला काय संबंध?”

“हाँ, वो भी सच है.” थोडा विचार केल्यावर आईला उस्मानची सूचना पटली. ती म्हणाली, “ठीक आहे. कधी जायचं बाबांकडं?”

“आताच जाऊ या. ते आत्ता एकटे भेटतील.” आणि उस्मान व त्याची आई नाण्यांचा बटवा पिशवीत घेऊन निघाले. बंदरातली माणसं आपल्या होडीतून इकडं-तिकडं नेहमीच हिंडतात. त्यामुळे कुणाला संशय आला नाही.

उस्मान होडी चालवण्यात पटाईत होता. अवघ्या अर्धा तासात ती दोघं बाबांच्या पुरश्चरणाच्या जागेजवळ पोचले. त्यांना पाहून बाबांना आश्चर्य वाटलं. उस्माननं होडी वाळूत ओढून ठेवली आणि दोघं बाबा उभे होते तिथं आले. दोघांनीही बाबांना वाकून नमस्कार केला.

बाबांनी आशीर्वाद दिला– “सुखी राहा. का आला होता? आईला बरं नाही का?” उस्मानकडं पाहात बाबांनी विचारलं.

“जी नहीं. मै तो ठीक हूँ–” म्हणत आईनं उस्मानकडं पाह्यलं.

“बाबा, आज औषधाचं नाही; दुसरं महत्त्वाचं काम आहे.”

“अस्सं? मग या झाडाखाली सावलीत बसू.” बाबा आणि ते एका झाडाखाली जाऊन बसले. बाबांकडं लोक नेहमीच औषधाला येत. त्यामुळे कुणाला संशय येणार

नव्हता.

खाली बसल्यावर बाबा म्हणाले, "उस्मान, तुझे वडील गेल्याचं मला वसतिगृहात समजलं. खूप वाईट झालं. पण खचून जाऊ नका. उस्मानच्या आई, उस्मानचं शिक्षण काही झालं तरी थांबवू नका."

"त्यासाठीच आलो आहोत." म्हणून आईनं पिशवीतला बटवा काढून उस्मानच्या हातात दिला. उस्माननं तो उघडून त्यातील नाणी जमिनीवर ओतली. ती चमचमणारी सोन्याची नाणी पाहून बाबा आश्चर्यचकित झाले. कुतूहलानं त्यांनी एक नाणं हातात घेतलं. ते सुमारे दहा ग्रॅमचं असावं. त्यावर उर्दूत काही तरी लिहिलं होतं. ते बाबांना वाचता आलं नाही. आपल्याला कुणी पाह्यलं तर पंचाईत व्हायची, म्हणून बाबांनी पट्कन नाणी बटव्यात भरली नि बटवा पिशवीत ठेवला आणि म्हणाले, "याचं काय?"

तेव्हा उस्माननं हळू आवाजात ती नाणी कशी मिळाली, त्याची माहिती सविस्तर सांगितली. आणि शेवटी आई म्हणाली, "ही नाणी मोडावीत. ते पैसे पोस्टात ठेवावेत व त्यातून आमची रोजीरोटी आणि उस्मानचं शिक्षण पूर्ण करावं, असं वाटतं."

"वा! चांगला विचार आहे. जरूर करा." बाबा म्हणाले.

"बाबा, हे सारं तुम्ही करून द्यावं, असं आईला वाटतंय." उस्माननं खुलासा केला.

"कुणी– मी? मी एक साधू. मला काय येतंय? आणि सोनं, चांदी आम्हा मृत्तिकेसमान; आम्हाला काय जमणार?"

"बाबा, असं करू नका. आईचा अन् माझा तुमच्यावर विश्वास आहे. तुम्ही नाही म्हणालात, तर आम्हाला नातेवाइकांकडं जावं लागेल. ते आम्हाला फसवतील. आम्ही देशोधडीला लागू." उस्मान डोळ्यांत पाणी आणत बोलला.

बाबांना काय करावं, तेच कळेना. गायत्रीचं एक लचांड गळ्यात पडलं होतं, आता हे दुसरं! लोक तरी काय विचित्र. संसार सोडला, साधूगिरी पत्करली; पण लोक काही पाठ सोडत नाहीत. बरं, हे टाळावं तर लोकांनी तरी जायचं कुणाकडं? साधूशिवाय त्यांना कुणीच विश्वासाचं वाटत नाही.

बाबा म्हणाले, "मला यावर विचार करायला हवा. महाजन आजोबांशी बोलायला हवं. तेव्हा मी विचार करून सांगतो."

"ठीक आहे. आम्ही नंतर येऊ. तोपर्यंत ही पिशवी तुमच्याकडं ठेवा." म्हणत आईनं पिशवी बाबांपुढं ठेवली.

"नको– नको!" म्हणत बाबा जवळजवळ किंचाळलेच. "माझ्यासारख्या साधूच्या स्पर्शानं सोन्याची माती व्हायची– घेऊन जा तुम्ही. मला नाही सांभाळता येणार ती जबाबदारी!" उस्मान आणि त्याची आई पिशवी घेऊन जसे आले तसे नाइलाजानं निघून गेले. बाबांना आश्चर्य वाटत होतं. आपण घरचा संसार सोडला, पण आता समाजाचा संसार सुरू झाला आहे. त्यांनी पुरश्चरण सुरू केलं आणि सोन्यातून मन बाहेर काढलं.

त्याच दिवशी दुपारी बाबांनी हे सोनं प्रकरण आजोबांच्या कानावर घातलं. त्यांनाही मोठं आश्चर्य वाटलं. प्रकरण सांगून बाबा शेवटी म्हणाले, "आजोबा, मी त्यांना बघतो म्हणालो खरं; पण मला वाटतं, मी यात मुळीच लक्ष घालू नये. नसतं झेंगट मागं लागायचं."

त्यावर आजोबा म्हणाले, "बाबा, तुम्ही म्हणता ते खरं आहे. पण मग अशा निराधार लोकांनी कुठं जायचं? आपण त्यांना लाथाडलं, तर ते लबाड लोकांच्या हातात सापडणार आणि वर आपण टीका करणार लोकांच्या मूर्खपणावर. म्हणजे 'आई जेवू घालीना, बाप भीक मागू देईना' अशी स्थिती होते या गरिबांची."

आजोबांचं स्पष्टीकरण बाबांना पटलं. ते म्हणाले, "आजोबा, पण यात तुम्हालाच लक्ष घालावं लागणार. कारण मला या व्यवहारातलं काहीच कळत नाही. माझ्याजवळ गुंजभरसुद्धा सोनं नाही."

"त्याची नका तुम्ही काळजी करू. दापोलीला माझ्या ओळखीचे एक विश्वासू सराफ आहेत. ते मदत करतील." आजोबांनी चौकशी करण्याचं मान्य केलं आणि ते प्रकरण थांबलं.

बाबांना बरोबर घेऊन आजोबा दुसऱ्या दिवशीच दापोलीला गेले. त्या सराफाला भेटून त्यांच्या कानावर प्रकरण घातलं. त्यावर सराफ म्हणाले, "महाजन काका, आम्ही शक्यतो अशी भानगडीची प्रकरणं घेत नाही. परंतु तुम्ही आमचे विश्वासू मित्र म्हणून मदत करू. हे प्रकरण थोडं गुंतागुंतीचं आहे. तेव्हा काळजीपूर्वक हाताळायला हवं. प्रथम आपण मोहरा वितळवू, त्याच्या सोन्यातून खेडेगावात चालणारा एखादा ओबडधोबड माळेसारखा दागिना बनवू. तो आम्ही विकत घेऊ, त्याची पावती देऊ. म्हणजे ती रक्कम कुठंही गुंतवता येईल. आम्हीही अडचणीत येणार नाही, पार्टीही अडचणीत येणार नाही."

बाबा, आजोबा दोघांनाही ही योजना पसंत पडली आणि तीन-चार दिवसांनी उस्मानला सोन्यासह घेऊन येण्याचं सराफांना कबूल करून दोघंही गावी परतले.

बाबांनी अभ्यासवर्गाच्या वेळी उस्मानला दुसऱ्या दिवशी आईला घेऊन

येण्याचा निरोप दिला. आपलं प्रकरण बाबांनी हाती घेतलं, म्हणून दोघांनाही आनंद झाला आणि दुसऱ्या सकाळी उस्मान आईला घेऊन आला. बाबांनी आजोबांनाही बोलावलं. त्यांच्या हजेरीत काय आणि कसं करायचं, ते दोघांना समजावून दिलं. ते उस्मान आणि त्याच्या आईनं मान्य केलं. बाबा-आजोबांनी दोघांना बजावलं, ''आम्ही कुणी तुमच्या सोन्याला हातही लावणार नाही.''

चार दिवसांनी बाबा व आजोबा कोळथऱ्यातून आणि उस्मान व त्याची आई आपल्या गावातून परस्पर दापोलीला सराफाकडं पोचले. सराफांनी मोहरांचा कस पाह्यला, वजन केलं. ते साधारण चारशे ग्रॅम भरलं. त्याची त्यांनी पावती दिली. त्याची किंमत त्या दिवशीच्या बाजारभावाप्रमाणे सुमारे आठ लाख रुपये होत होती. या चारशे ग्रॅमची माळ बनवून विकत घेतो व चेक देतो; चार दिवसांनी या– असं त्यांनी सांगितलं.

त्याप्रमाणे चार दिवसांनी पुन्हा ही चौघं दापोलीला पोचली. माळ तयार होती. ती चौघांनी पाह्यली. सराफानं तिचं वजन करून ती विकत घेतली. पावती व चेक दिला. आजोबांनी त्यांच्या ओळखीचा एक विमा एजंट तयार केला होता. तो सर्वांना घेऊन बँकेत गेला. त्यानं उस्मान व त्याच्या आईच्या संयुक्त नावानं खातं उघडलं. त्यात चेक भरला. तो दोघांना घेऊन पोस्टात गेला. त्यानं दोघांच्या नावानं साडेसात लाख रुपयांचं नऊ टक्के दरानं मुदत ठेव खातं उघडलं. त्यातून उस्मानला व त्याच्या आईला दरमहा पाच हजार रुपये व्याज मिळणार होतं. शिवाय बँकेत ५० हजार रुपये राहणार होते.

हे सर्व आटोपून बाबा-आजोबा कोळथऱ्याला आणि आईसह उस्मान गावी परतले. या धावपळीनं उस्मान व त्याची आई कोणालाही पत्ता लागू न देता स्थिर झाली. एजंटाला मोठं कमिशन मिळालं. बाबा व आजोबांना चांगलं काम केल्याचं समाधान मिळालं.

उस्मान खूष झाला. पण आपल्या गैरहजेरीत होडी कशी सांभाळणार, असा प्रश्न त्याच्यापुढं पडला. शेवटी आईच्या सूचनेवरून त्यानं ती होडी आणि पेढे सागरबाबांना भेट म्हणून देण्यासाठी त्यांच्याकडे आणले. होडी बाबांच्या किनाऱ्यावर आणून बांधली व तो शाळेला निघून गेला.

- ० -

पंधरा

उस्माननं त्याच्या वडिलांची होडी बाबांच्या किनाऱ्यावर आणून बांधली, तेव्हा बाबांना आश्चर्यच वाटलं. ते म्हणाले, "अरे उस्मान, मला संन्याशाला कशाला हवीय होडी? मी काय करणार तिचं?"

"बाबा, आमच्या किनाऱ्यावर ठेवली, तर मी तिथं नसल्यानं ती चोरीला जायची. ती भीती इथं नाही. आणि हवी तेव्हा वापरा ना–"

"अरे, पण मला कुठं होडी वल्हवता येते?" बाबांनी शंका काढली.

"का? मी आहे ना वसतिगृहात. सवड झाली की येऊन शिकवेन."

उस्माननं अडचण दूर केली.

खरं म्हणजे, बाबा ज्या-ज्या वेळी समुद्राकडं पाहत बसलेले असत, तेव्हा तेव्हा त्यांना वाटे– आपल्याकडं होडी असावी. आपण ती घेऊन क्षितिजापर्यंत जावं. विशाल समुद्राचं दर्शन घ्यावं. पण ते स्वप्न पुरं होण्याची सुतराम शक्यता नव्हती. असं असताना आज होडी अकस्मात भेट मिळाल्यानं बाबा खूष होते.

आयती होडी मिळालीय, आता ती वापरायचीच– असा बाबांनी निर्धार केला. त्यासाठी दोन गोष्टी आवश्यक होत्या. एक म्हणजे, समुद्रातही उत्तम पोहणं– आणि दुसरी, होडी चालवत येणं. या दोन्हीसाठी बऱ्याच वेळेची गरज होती. पण गायत्री घरात आल्यापासून त्यांची खूप कामं कमी झाली होती. बराच वेळ मिळू लागला होता. त्याचा वापर होडीसाठी करायचं त्यांनी ठरवलं.

बाबा रोज समुद्रावर अंघोळ करत. पण ती कडेला. आता त्यांनी लांबवर पोहत जाण्यास सुरवात केली. मोठ्या लाटांनाही अंगावर घेण्याचा सराव सुरू केला. समुद्राकाठी भरतीमुळं मधून-मधून छोटे ओहोळ तयार झाले असतात. त्यांतून पाणीही वाहात असतं. पण त्यांची खोली खूप नसते. अशा ओहोळांत होडी वल्हवण्याचा बाबांनी प्रयत्न सुरू केला.

त्यातच पुढच्या आठवड्यापासून उस्मान वेळ मिळेल तेव्हा येऊ लागला. बाबांना वल्हवणं शिकवू लागला. तो त्यांना घेऊन क्षितिजापर्यंत जायचा. तिथं खूप वेळ थांबायचा. तिथून दिसणारा निसर्ग बाबांना फार आवडायचा. ते निसर्गाचं रौद्र स्वरूप पाहण्यात तल्लीन व्हायचे.

महिनाभरात बाबांना बऱ्यापैकी होडी वल्हवणं जमू लागलं. त्यामुळे तो जाता-येताना स्वत:च्या देखरेखीखाली बाबांना मधून-मधून वल्हवायला सांगू लागला. होडीला दोन वल्ही होती. एक बाबांच्या, दुसरं उस्मानच्या हातात. त्यामुळे धोका नव्हता. दुसरं म्हणजे, त्या किनाऱ्यावर बंदर नसल्यानं इतर होड्यांची वाहतूक नव्हती. त्यामुळे टक्कर होण्याचीही भीती नव्हती.

चार महिन्यांत बाबा चांगलेच तयार झाले. एकटे होडी घेऊन काठाकाठानं फिरू लागले. महाजन आजोबांना बाबांची ही धडपड पाहून आश्चर्य वाटायचं. ते म्हणायचे, ‘‘बाबा, तुम्ही या वयात– पंचहत्तरीत होडी वल्हवायला लागलात– म्हणजे कमालच आहे!’’

त्यावर बाबा म्हणाले, ‘‘व्हेअर देअर इज विल, देअर इज वे. इच्छा असली ना, की वय आड येत नाही.’’ मे महिन्याच्या अखेरपर्यंत बाबांचं नौकानयन चालू होतं. जूनच्या सुरुवातीला उस्मान आला. त्यानं होडी ओढत किनाऱ्यावर आणली. झाडाखाली नीट झाकून ठेवली आणि बाबांना म्हणाला, ‘‘बाबा, आता चार महिने होडी बंद. पाऊस संपला की पुन्हा सुरू करू.’’

होडी फिरवणं थांबल्यानं बाबांना चुकल्यासारखं वाटायला लागलं. पुन्हा वेळ शिल्लक राहायला लागला. तेव्हा बाबांनी पुन्हा देव शोधण्याच्या कामावर लक्ष केंद्रित करायचं ठरवलं आणि दुपारी वाचनाच्या वेळी हा मुद्दा आजोबांकडं काढला.

बाबा म्हणाले, ‘‘आजोबा, मी देव शोधायला इथं आलो; त्या संशोधनाचा आढावा घेतला पाहिजे. ते काम थांबता नये.’’

‘‘नक्कीच!’’ बाबांना पाठिंबा देत आजोबा म्हणाले, ‘‘बाबा, देवशोधनाचे मार्ग तीन. पहिला– धार्मिक ग्रंथांचं वाचन. ते तर आपण करतोच आहोत. बहुतेक ग्रंथ वाचून झाले आहेत. दुसरा मार्ग– ज्यांना देव भेटला असं सांगितलं जातं– त्यांच्यासारखी उपासना. ती प्रार्थना, पुरश्चरण या स्वरूपात तुम्ही करताच आहात. तिसरा मार्ग– याबाबत भक्तांशी बोलून त्यांचे अनुभव जाणून घेणं. तेही आपण प्रार्थनासभेत आणि अभ्यासवर्गात प्रश्नोत्तराच्या स्वरूपात करतो आहोतच. याशिवाय राहिला कोणता मार्ग?’’

‘‘आजोबा, एक मोठा मार्ग अनुसरायचा राह्यला आहे– चमत्काराचा. लोक

देवावर विश्वास ठेवतात ते त्यांनी केलेल्या कथित चमत्कारांमुळे. हे सांगितले जाणारे किंवा छापले गेलेले चमत्कार खरंच होतात की नाही, याची खात्री करून घेणं आवश्यक आहे. ते खरे आढळले, तर देव किंवा दैवी शक्ती आहे, असं मानता येईल. ते खोटे आढळले, तर देव किंवा दैवी शक्ती खरी नसून ती एक कल्पना आहे, असं मानता येईल.''

"बाबा, पण ही खात्री कशी करणार?'' आजोबांनी विचारलं.

"आहेत, त्याचेही दोन मार्ग आहेत. आज जे बुवा किंवा महाराज चमत्कार करतात असं सांगितलं जातं, त्या ठिकाणी जाऊन त्यांना भेटून चमत्कारांच्या खरेपणाची खात्री करून घेणं. आणि दुसरा मार्ग –अंधश्रद्धा निर्मूलन समितीनं चमत्कार या विषयावर मोठं संशोधन केलं आहे. हे कथित चमत्कार कसे केले जातात, यावर पुस्तकं प्रसिद्ध केली आहेत. त्याचं साहित्य तयार केलं आहे. ही पुस्तकं आणि साहित्य मिळवून प्रथम आपली आणि नंतर लोकांची खात्री पटवणं!'' बाबांनी खुलासा केला.

"बरोबर आहे. पटलं मला. बाबा, तुम्ही मग असं करा– लवकरात लवकर पुण्याला जाऊन चमत्कारांची पुस्तकं आणि अंधश्रद्धेचं साहित्य घेऊन या. हवी तर घरी चक्कर मारून या. पण चमत्कार करणाऱ्या बुवा, बाबांची माहिती कशी मिळविणार?'' आजोबांनी विचारलं.

"तेही सोपं आहे. आपणच चमत्कार संशोधन मंडळ काढायचं. चमत्कार करणारे बुवा, बाबा, महाराज, भक्त यांनी त्यांच्या चमत्कारांसह माहिती पाठवा, असं निवेदन प्रसिद्ध मराठी दैनिक, साप्ताहिकांतून द्यायचं. आजकाल अंधश्रद्धेबाबत मोठी वृत्तपत्रं जागरूक झाली आहेत. ती असं निवेदन लगेच छापतील आणि सबंध महाराष्ट्रातून माहिती मिळेल.''

"अरे वा! एवढं सोपं असेल, तर मला निवेदन आणि वर्तमानपत्रांचे नाव-पत्ते लगेच लिहून द्या. मी दापोलीहून झेरॉक्स करून आणून ताबडतोब पाठविण्याची व्यवस्था करतो.'' आजोबांनी कृती कार्यक्रम सांगितला.

त्याप्रमाणे बाबांनी लगेच निवेदन लिहून दिलं आणि पुढच्या आठवड्यात पुण्याला जाऊन अंधश्रद्धा निमूर्लन समितीच्या कार्यालयातून चमत्काराची पुस्तकं आणि साहित्य विकत आणलं. ते चमत्कार कसे दाखवायचे, हेही शिकून आले. पण घरी गेलो तर पुन्हा सुटका व्हायची नाही, याची खात्री असल्यानं घराकडं फिरकलेही नाहीत.

बाबांनी आणलेल्या चमत्कारांच्या साहित्यात तांब्याच्या गडूला त्रिशूल चिकटवणं,

पेटता कापूर खाणं, रिकाम्या हातातून अंगारा– उदी– कुंकू– घड्याळ काढणं, निखाऱ्यावरून चालणं, पेटत्या पलित्यानं हात जाळून घेणं वगैरे चमत्कारांचा समावेश होता. हे चमत्कार बाबांनी आजोबांना, संध्याकाळच्या प्रार्थना सभेत गावकऱ्यांना आणि अभ्यासवर्गांत विद्यार्थ्यांना दाखवले; तेव्हा सर्वांना त्यांचा फोलपणा जाणवून हसू आलं.

सागरबाबांच्या या चमत्कारांची प्रसिद्धी विद्यार्थ्यांमार्फत एवढी झाली की, दर आठवड्याला कोणत्या ना कोणत्या शाळेत बाबांना हे चमत्कार दाखविण्यासाठी बोलावणी येऊ लागली. बाबांनीही आपल्या कामाचा एक भाग समजून न कंटाळता प्रत्येक ठिकाणी जाऊन ते चमत्कार करून दाखवले. त्यामुळे मुलांच्या मनातील अंधश्रद्धा लहानपणीच दूर होण्यास मोठी मदत झाली.

महाजन आजोबांनी वृत्तपत्रांकडं पाठविले निवेदनही दहा-बारा दिवसांत प्रसिद्ध झालं आणि महाराष्ट्राच्या कानाकोपऱ्यांतून निरनिराळे बुवा, बाबा, महाराज यांची व ते करत असलेल्या चमत्कारांची माहिती भरभरून गोळा होऊ लागली. ही जमा झालेली माहिती वाचणं, त्याचं विश्लेषण करणं हे बाबा-आजोबांसाठी एक मोठं आनंदाचंच काम बनलं.

खूपशी पत्रं वाचल्यावर दोघांच्याही ध्यानात एक महत्त्वाची बाब आली. ती म्हणजे– बहुतेक सर्व बाबा, बुवा, महाराज दिवगंत होते. त्यांनी खूप चमत्कार केल्याचं म्हटलं होतं. पण ते आता अस्तित्वात नसल्यानं त्यांची खात्री करणं अवघड होतं. बरं, भक्तांच्या म्हणण्यावर विश्वास कितपत ठेवायचा, हाही प्रश्न होता. कारण भक्तीपोटी लोक चमत्कार खरे मानतात, हा आजवरचा अनुभव होता. हिंदू धर्मातील देवकल्पनेच्या संशोधनात हा मोठा अडसर असल्याचं त्यांच्या लक्षात आलं.

या विषयाची चर्चा सुरू असताना आपल्याला आलेला एक अनुभव बाबांनी आजोबांना सांगितला. ते म्हणाले, "काही वर्षांपूर्वी रत्नागिरी येथील माझ्या नातेवाईक बाईचा फोन आला की, पुण्याच्या मंगळवार पेठेतील एका घरात असलेल्या अक्कलकोटस्वामींच्या तसबिरीतील खांद्यातून दर गुरुवारी अंगारा बाहेर पडतो, तो आणून मला पाठवा. आणि त्यांनी पुस्तकातील नाव-पत्ता पण दिला. ते ऐकून मला आश्चर्य वाटलं. मी पुढच्याच गुरुवारी तिथं गेलो. भल्या मोठ्या रांगेत दोन तास थांबून फोटोपर्यंत पोचलो. पण अंगारा पडत नव्हता आणि पूर्वी पडल्याचं चिन्हही नव्हतं. तिथं चौकशी केली, तेव्हा सांगण्यात आलं की, तो अमूकच वेळी पडतो असं नाही; कधी कधी पडतो आणि आम्ही तो भक्तांसाठी पुड्यांत बांधून ठेवतो. मी अंगारा घेतला. रत्नागिरीला पाठवला.

"काही दिवसांनी कोणी तरी पोलिसांकडं फसवणुकीची तक्रार केली आणि हा अंगारा पडण्याचा प्रकार थांबला. असा आहे चमत्कारांचा महिमा! तसं घडणं शक्य आहे का, याचा सारासार विचार लोक करत नाहीत. खात्री न करता आंधळेपणानं विश्वास ठेवतात. त्यामुळे लबाड मंडळींचं फावतं."

चमत्कार संशोधनाची धावपळ सुरू असतानाच अचानक एक नवीनच प्रकरण उद्भवलं आणि बाबा, आजोबा हादरले. एके दिवशी सकाळी एक पोलीस कॉन्स्टेबल बाबांची चौकशी करत कोळथऱ्यात हजर झाला. त्यानं एका दुकानात साधूबाबा कुठं राहतात, याची चौकशी केली. कोण साधू ते त्या दुकानदाराच्या लक्षात येईना.

ते म्हणाले, "कोण साधू? इथं तर कुणी साधू राहात नाही." पोलीसही चक्रावला. कारण त्याच्याकडं पूर्ण नाव-पत्ता काहीच नव्हतं. दुकानदारानं विचारलं, "अहो हवालदारसाहेब, त्याचं नाव काय? पत्ता काय?"

"मला तरी काय माहीत? साहेब म्हणाले, कोळथऱ्याला जा आणि साधूबाबाला घेऊन ये; म्हणून आलो."

"हां, म्हणजे सागरबाबा म्हणा की! आम्ही त्यांना बाबा म्हणतो, ते ना! देवळामागं किनाऱ्यावर राहतात."

हवालदार किनाऱ्यावर पोचला. त्या वेळी बाबांचं गायत्री मंत्राचं डोळे मिटून पुरश्चरण चाललं होतं. हवालदारानं हातातली काठी वाळूवर आपटली. त्याच्या आवाजानं बाबांनी डोळे उघडले. ते पाहून हवालदार म्हणाला, "तुम्हीच सागरबाबा ना? तुम्हाला इन्स्पेक्टरसाहेबांनी ताबडतोब दापोली पोलीस ठाण्यावर बोलावलंय, चला माझ्याबरोबर."

ते ऐकून बाबा चाटच पडले. त्यांनी विचारलं, "मी? कशासाठी? मी कोणतीही तक्रार केली नाही किंवा माझ्याविरुद्ध कुणाची तक्रार नाही."

"ते मला माहीत नाही. चला, म्हणजे चला." हवालदार म्हणाला.

"हे बघा हवालदारसाहेब, मी एक अब्रूदार रामदासी आहे. कारण कळल्याशिवाय तुम्ही चला म्हणालात म्हणून मी येणार नाही."

"बाबा, जड जाईल! मुकाट चल, नाही तर अटक करून न्यायला लागेल."

"अटक? आणि मला कशासाठी? मी काय गुन्हा केला, तो कळल्याशिवाय मी मुळीच येणार नाही. तुम्हाला काय हवं ते करा!" बाबा पुन्हा पुरश्चरणात गुंतले आणि हवालदार संतापानं तडफडत काठी आपटत निघून गेला.

बाबांचं पुरश्चरण आटोपलं आणि ते भिक्षा मागायाला गेले असताना बाराच्या

सुमारास पोलीसांची जीप कोळथऱ्यात शिरली. पुढं पोलीस इन्स्पेक्टर, मागं तीन पोलीस असलेली जीप महाजनांच्या दाराशी थांबली. इन्स्पेक्टरांनी विचारलं, ''इथं सागरबाबा कोण आहे? ते कुठायत?''

''बाबा? भिक्षा मागायला गेलेत. येतील आत्ताच.'' आजोबांनी चाचरत उत्तर दिलं. पोलीस? आणि बाबांची चौकशी? त्यांना काहीच कळेना. तेवढ्यात भिक्षा मागून समोरून येताना आजोबांना बाबा दिसले. तेव्हा ते म्हणाले, ''साहेब, ते बघा– आले.''

बाबांनी पोलिसांची जीप पाह्यली आणि सकाळचं प्रकरण त्यांच्या लक्षात आलं. ते पुढं आले. त्यांनी विचारलं ''का, काय झालं?'' इन्स्पेक्टर जीपमधून उतरले आणि म्हणाले ''तुम्हीच सागरबाबा ना?'' बाबांनी मान हलवली.

''मग बसा जीपमध्ये– तुम्हाला चौकशीसाठी दापोलीला न्यायचंय.'' बाबांनी विचारलं ''मी? का?'' इन्स्पेक्टरनं खिशातलं पत्र काढून दाखवलं. ते बाबांनी वाचलं. रत्नागिरीच्या डी. एस. पी.चं पत्र होतं. त्यात म्हटलं होतं, कोळथरेच्या किनाऱ्यावर राहणाऱ्या सागरबाबा नावाच्या माणसाबाबत हेरगिरीचा संशय असल्यानं त्याला दापोली पोलीस ठाण्यात दुपारी तीन वाजता हजर करावं.

हेरगिरी? बाबांना काही कळेना. त्यांनी ते पत्र आजोबांच्या हाती दिलं. त्यांनी ते वाचलं आणि ते चक्रावलेच.

तोपर्यंत गावात पोलीस जीप आल्याची बातमी गावभर पसरली आणि लोकांची महाजनांच्या घरापाशी हीऽ गर्दी जमली. आणखी तमाशा नको, म्हणून आजोबांना बाबा म्हणाले, ''आजोबा, मी जाऊन बघून येतो.'' आणि जीपमध्ये चढू लागले.

ते पाहून आजोबा म्हणाले ''वा: असं कसं? मी पण येतो तुमच्याबरोबर.'' आणि दारात उभ्या असलेल्या बायकोला 'दापोलीला जाऊन येतो' असं सांगून आजोबा बाबांबरोबरच जीपमध्ये चढले. इन्स्पेक्टरही जीपमध्ये बसले आणि लाल धूळ उडवत जीप निघून गेली.

जीप गेल्यावर जमलेल्या गर्दीत चर्चा सुरू झाली. सागरबाबा आणि महाजन आजोबा या दोघांना पोलिसांनी दापोलीला नेलं, एवढंच त्या गर्दीला समजलं; पण– का? कशासाठी? –याचा कुणालाच तर्क करता येईना. महाजनांची पत्नीही या प्रकारानं धास्तावून गेली. पण आता ते परत येईपर्यंत काहीच कळणार नव्हतं.

पोलीस जीप तासाभरात दापोलीला पोचली. दोघांनाही पोलिसांनी आदरानं ऑफिसात बसवलं. दोन वाजता डी.एस.पी. आले. त्यांनी महाजन आजोबांना बाहेर

थांबण्यास सांगून सागरबाबांची लगेच चौकशी सुरू केली.

बाबांनी डी.एस.पीं.च्या सर्व प्रश्नांची व्यवस्थित उत्तरं दिली. आपलं पूर्वायुष्य, कोळथऱ्यातलं आगमन, तिथलं कार्य– याची तपशीलवार माहिती सांगितली– कारण त्यात लपविण्यासारखं काहीच नव्हतं. त्यांची चौकशी थांबली. तेव्हा बाबांनी डी.एस.पी.ना विचारलं,

''साहेब, पण हे सारं तुम्ही मला का विचारता आहात?''

डी.एस.पी. हसले आणि म्हणाले, ''मुंबई ऑफिसला कोळथरे डोंगरापलीकडच्या मच्छीमारांकडून खबर आली होती की, भगव्या कपड्यातील एक साधू गेले काही दिवस सकाळच्या वेळात छोटी होडी घेऊन कोळथऱ्यासमोरच्या भर समुद्रात येतो. बराच वेळ थांबतो आणि परत जातो. तो हेरगिरीसाठी टेहळणी करत असावा, असा संशय आहे. मुंबईवरील दहशतवादी हल्ल्यापासून पोलीस खातं सावध झालं आहे. म्हणून हे प्रकरण चौकशीसाठी आमच्याकडं आलं आणि आम्ही तुम्हाला बोलावलं.''

डी.एस.पीं.चा खुलासा ऐकून बाबा मोठ्यानं हसायला लागले. ते म्हणाले. ''असं होय! आता आलं लक्षात.'' आणि त्यांनी उस्मानचं प्रकरण सोन्याच्या नाण्यांचा भाग वगळून डी. एस. पीं.ना तपशीलवार सांगितलं. त्यांनाही ती माहिती ऐकून झालेल्या गैरसमजाचा उलगडा झाला. परंतु क्रॉस तपासणी करणं आवश्यक असल्यानं त्यांनी उस्मानला बोलावून आणण्याची सूचना दिली आणि सागरबाबांना बाहेर बसण्यास सांगून महाजन आजोबांना तपासासाठी आत बोलावलं.

तोपर्यंत दापोलीतील पत्रकारांना कोळथरे किनाऱ्यावर हेरागिरी करण्याच्या उद्देशानं टेहळणी केल्याचा संशय असलेल्या एका साधूला पोलिसांनी ताब्यात घेतल्याची व त्याच्या तपासासाठी रत्नागिरीहून खास डी.एस.पी. आल्याची कुजबुज लागली. त्यांनी पोलीस ठाण्याकडं धाव घेतली. त्यामुळे पोलीस ठाण्यात सनसनाटी वातावरण निर्माण झालं. मात्र चौकशी पूर्ण होईपर्यंत काही सांगण्यास इन्स्पेक्टरांनी नकार दिल्यानं पत्रकारांनी पोलीस स्टेशनवरच ठिय्या ठोकला.

तासाभरात पोलीस जीप उस्मानला घेऊन आली. तोपर्यंत महाजनांची चौकशी पूर्ण झाली होती. त्यामुळे त्यांना बाहेर थांबण्यास सांगून डी.एस.पीं.नी उस्मानला आत बोलावलं. त्यानंही जे घडलं ते जसंच्या तसं सांगितलं. सागरबाबांच्या जबाबाला महाजन व उस्मानची माहिती जुळत असल्यानं बाबा निरपराध असल्याचं डी.एस. पीं.ना पटलं.

त्यानंतर त्यांनी पत्रकारांना आत बोलावून संपूर्ण प्रकरणाची माहिती सांगितली व सागरबाबा पूर्णपणे निर्दोष असल्याचा आपला निष्कर्षही सांगितला. बाबा, महाजन

व उस्मान न जेवताच आले होते; तेव्हा त्यांना चहा-खाणं देऊन जीपनं कोळथऱ्याला सोडण्याची इन्स्पेक्टरांना सूचना देऊन डी.एस.पी. निघून गेले.

पण पोलिसांच्या माहितीनं पत्रकारांचं समाधान झालं नव्हतं. म्हणून त्यांनी सागरबाबांना गाठलं आणि त्यांच्यावर प्रश्नांची सरबत्ती केली. बाबांनीही त्यांच्या सर्व प्रश्नांना समर्पक मुद्देसूद उत्तरं दिली. त्यात त्यांच्या कार्याची नवी माहिती पत्रकारांच्या पदरात पडली.

पत्रकार गेल्यावर तिघं पोलीस जीपनं कोळथऱ्यात परतले व थेट प्रार्थना सभेच्या जागी किनाऱ्यावर गेले. ते परतल्याचं समजताच लोकांच्या झुंडीच्या झुंडी कुतूहलापोटी किनाऱ्याकडे निघाल्या आणि मोठी गर्दी झाली.

नेहमीच्या प्रार्थनेनंतर बाबांनी सकाळपासून घडलेली सर्व हकिगत तपशीलवार सांगितली, तेव्हा बाबांवरील गंडांतर टळल्याबद्दल कोळथरेकरांनी सुटकेचा नि:श्वास सोडला. गायत्री आणि महाजन आजी काळजीतून बाहेर पडल्या.

दुसऱ्या दिवशी सर्व वृत्तपत्रांनी ही बातमी तिखट-मीठ लावून छापली. मात्र एका देवमाणसाला पोलिसी खाक्यामुळे कसा त्रास झाला, हे दाखवण्याकडं त्यांचा रोख होता.

प्रत्येक वर्तमानपत्रानं निराळं शीर्षक दिलं होतं. एकानं म्हटलं होतं– 'साप समजून पोलिसांनी भुई धोपटली.' तर दुसऱ्यानं म्हटलं होतं. 'पोलिसी खाक्यात साधूची परवड.'

या घटनेनं दोन गोष्टी घडल्या. एक– कोळथरेसारखं एरवी शांत असणारं खेडेगाव प्रकाशात आलं आणि दुसरं म्हणजे– बाबांचं दुर्लक्षित समाजकार्य लोकांपुढं आलं. या छोट्याशा गावातून यापुढे महत्त्वाच्या बातम्या मिळण्याची शक्यता पत्रकारांच्या ध्यानात आल्यानं पूर्वी काधीही न फिरकणारे पत्रकार आता कोळथऱ्याला वारंवार भेटी देऊ लागले.

- ० -

उस्मान प्रकरणानं बाबांना आणि आजोबांना चांगलाच फटका बसला होता. तेव्हा यापुढं सावध राहायचं, अशा भानगडीत हात घालायचा नाही– असा निर्णय दोघांनी घेतला. हे सारं घडलं एका होडीनं. त्यामुळे बाबांनी उस्मानला होडी लवकरात लवकर हलविण्याची सूचना केली.

आता बाबांना कोळथऱ्यात आल्याला सहा वर्षं उलटून गेली होती. त्यांची दाढी आणि केस भरपूर वाढल्यानं ते रामदासांप्रमाणं खरे रामदासी दिसू लागले होते. त्यांच्या कामाचा व्यापही भरपूर वाढला होता. प्रार्थना सभा, अभ्यासवर्ग याबरोबरच अंधश्रद्धा उघड करणारे चमत्काराचे प्रयोग जोरात चालू होते. त्यामुळे बाबांना मोकळा वेळ मिळत नव्हता. गायत्रीही महाजनांच्या कुटुंबात मिसळून गेली होती.

सोळा

तेवढ्यात महाजन आजोबांच्या वाचनात निंबाळ आश्रमाचे संस्थापक गुरुदेव रानडे यांचं चरित्र आलं. एका बाजूला ते विश्वधर्माचा, पूर्वेच्या आणि पश्चिमेच्या तत्त्ववेत्यांनी एकत्र येण्याचा पुरस्कार करत होते; तर दुसऱ्या बाजूला आत्मज्ञान होण्यासाठी, ईश्वरदर्शन घडण्यासाठी नामस्मरणाचा आग्रह धरत होते. आजोबांना हे खटकत होतं. म्हणून बाबांनी या आश्रमाला भेट देऊन यावी, असं त्यांनी सुचविलं. बाबाही बरेच दिवसांत कुठं न गेल्यानं आणि लवकरच कोकणात पाऊस सुरू होऊन दैनंदिन कार्यक्रमात व्यत्यय येण्याची शक्यता लक्षात घेऊन आजोबांच्या सूचनेला बाबांनी संमती दिली.

निंबाळ हे गाव विजापूरजवळ कर्नाटकात होतं. म्हणजे कोळथऱ्याहून तिथं पोचायला किमान दोन दिवस लागणार होते. अर्थात, हा दौरा आठ दिवसांचा होता.

बाबांनी आजोबांशी बोलून दौऱ्याचा कार्यक्रम निश्चित केला, पैसे घेतले आणि बाबा निंबाळला रवाना झाले. दापोलीहून खेड– चिपळूणमार्गे कऱ्हाड– तिथून मिरज– पंढरपूरमार्गे विजापूर– असा लांबचा प्रवास होता. पण चौकशी करत-करत ते पोचले.

रेल्वे स्टेशनसमोरच माळावर निंबाळचा आश्रम होता. इमारत प्रशस्त आणि छान होती. हा भाग कर्नाटकात असूनही

गुरुदेवांचे बहुतेक भक्त मराठी भाषिक होते. आश्रमाचा बहुतेक कारभार मराठीतच चालायचा. राहण्या-जेवण्याची मोफत व्यवस्था होती. पण प्रत्येकानं सर्व कार्यक्रमात भाग घेतलाच पाहिजे, अशी अट होती.

पहाटे नामस्मरण, नंतर काकड आरती, चहा, स्नान, नाश्ता, ८ ते १२ नामस्मरण, भोजन, विश्रांती, चहा, नामस्मरण, प्रार्थना, भोजन, नामस्मरण– असा सतत बांधलेला कार्यक्रम असायचा. बाबांना तीन तास उभं राहून पुरश्चरण करण्याची सवय होती. पण चार-चार तास बसण्याची नव्हती. त्यामुळे पाय आखडत, झोप येई. गोंदवले आश्रमातही नामस्मरण चालतं, पण एवढा अतिरेक नाही.

बाबांनी निंबाळच्या आश्रमात गुरुदेव रानडे यांचं चरित्र वाचलं आणि ते भारावून गेले. गुरुदेव मूळचे जमखंडीचे. त्यांच्या घराण्यात नामस्मरण पूर्वीपासून होतं. शंकरशेट शिष्यवृत्ती मिळवून रानडे मॅट्रिक झाले. पुण्याच्या डेक्कन कॉलेजातून तत्त्वज्ञान विषय घेऊन एम. ए. झाले. नंतर पुण्याचं फर्ग्युसन व सांगलीच्या विलिंग्डन कॉलेजात त्यांनी तत्त्वज्ञानाचे प्राध्यापक म्हणून काम केलं. त्यांनी उपनिषदांवर इंग्रजी पुस्तक लिहिलं. ते गाजलं. तत्कालीन राष्ट्रपती राधाकृष्णन यांनीही त्यांची स्तुती केली. म्हणून अलाहाबाद विद्यापीठानं त्यांना बोलावून घेतलं. तिथं त्यांनी अनेक वर्षं प्राध्यापकपद भूषविलं आणि याच विद्यापीठाचे कुलगुरु म्हणून ते निवृत्त झाले. भारतीय आणि पाश्चात्त्य तत्त्वज्ञान एकत्र करून विश्वधर्म अस्तित्वात यावा, असं त्यांचं मत होतं.

बाबांनी विजापूर पूर्वी पाह्यलं नव्हतं, म्हणून त्यांनी विजापूरला धावती भेट दिली आणि गोल घुमट व मुलुक-ए-मैदान ही अजस्त्र तोफ पाहिली. मग अनेक गावं पार करत आठ दिवसांनी कोळरथेत पोचले.

दुसऱ्या दिवशी बाबांनी आपल्या दौऱ्याचा अहवाल, हिशोब आणि उरलेले पैसे आजोबांना सादर केले. बाबांनी निंबाळ आश्रमाबाबत सर्वसाधारण चांगलं मत व्यक्त केलं. पण नामस्मरणाच्या अतिरेकाबाबत नाराजी व्यक्त केली. अशा अतिरेकी सक्तीमुळे काही भाविक नामस्मरण करताना डोकं जमिनीला टेकत, पाय पसरून बसत, काही जण तर चक्क झोपत.

बाबा म्हणाले, "आजोबा, मला समजत नाही की– प्रत्येकानं इतका वेळ नामस्मरण करण्याची जरुरी आहे का? त्यामुळे हाता-पायांचं चलनवलन, रक्ताभिसरण क्रियेत अडथळा येऊन अवयव आखडणार नाहीत का? मला वाटतं– गुरुदेव वारंवार आजारी पडत, त्याचंही कारण तेच असावं."

त्यावर आजोबा म्हणाले, "तुम्ही म्हणता ते वरकरणी बरोबर दिसतंय. पण

ईश्वरदर्शन व्हायला हवं असेल, तर एवढा त्रास सहन करायला हवा– असं त्यांचं मत असावं. नाथ संप्रदायात उपास, मौन, ध्यान, समाधी असे शरीराला कष्ट पडणारे काही उपासनामार्ग सांगितले आहेत. त्यांपैकीच हा मार्ग असावा.''

''पण आजोबा, विश्वशांतीच्या दृष्टीनं गुरुदेव रानडे यांच्या तत्त्वज्ञानाचा गंभीरपणे विचार होणं आवश्यक आहे. ते लवकर गेले. ते अधिक काळ जगते, तर उपयुक्त ठरलं असतं.'' असं मत व्यक्त करून बाबांनी तो विषय संपवला.

पण आजोबांनी पुन्हा विचारलं, ''बाबा, मला नेहमी एक प्रश्न पडतो की, इतकं दीर्घकाळ नामस्मरण, तासन्तास जप, पोथ्यांचं पुन: पुन्हा पारायण, पाण्यात गणपती ठेवून दोन-दोन तास पूजा– यांची खरी गरज आहे का? देव जर सर्वज्ञ आहे, तर त्याला भक्तांची दु:खं कळत असणारच. मग त्यानं आपण होऊन ती दूर करायला नकोत का? व्यवहारात इतक्या रुपयांना इतकी किलो वस्तू– असं प्रमाण जसं ठरलेलं असतं, तसं देवाचं आहे का? म्हणजे परीक्षा पास होण्यासाठी रोज फक्त नमस्कार, नोकरी लागण्यासाठी एक तास जप, लग्न जमण्यासाठी दोन तास जप, मोठ्या आजारासाठी चार तास नामस्मरण किंवा जप– पण हे टेबल तरी कुणी ठरवलं?''

''आजोबा, आपण माणसांनी. हे सारं घडते, ते प्रत्येक पोथीच्या शेवटी असलेल्या सूचनेनं. तुम्ही बघा– प्रत्येक पोथीच्या शेवटी म्हटलेलं असतं की, ही पोथी वा हे चरित्र जो कोणी मनापासून पुन: पुन्हा वाचेल, त्याची शारीरिक– आर्थिक– कौटुंबिक सर्व संकटं दूर होतील. आता गुरुचरित्राची पोथी दत्तानी किंवा शिवलीलामृत शंकरानं लिहिलेलं नाही; ते माणसानंच लिहिलं आहे. आणि ते खूप खपावं, म्हणून शेवटी तशी टीप दिली आहे. आजोबा, एक पाहा. दासबोधाच्या शेवटी अशी टीप दिलेली नाही, हा रामदासांचा विशेष आहे. बारा वर्षांची तपश्चर्या आणि बारा वर्षांचं भारतभ्रमण यात समर्थांच्या लक्षात आलं असावं की, माणसांवर संकटं येतात ती देवामुळे नसून त्यांच्या चुकांमुळे, त्यांच्या मूर्खपणामुळे. म्हणून त्यांनी दासबोधात मूर्खांची, भ्रमाची लक्षणं दिली आणि त्यापासून दूर राहण्याचा उपदेश केला.'' बाबा म्हणाले.

''ते खरं असेलही. पण मग प्रश्न उरतो की, आपली संकटं दूर होण्यासाठी माणसानं काय करावं?'' आजोबांनी प्रश्न विचारला.

''आजोबा, आता तुम्ही खऱ्या मुद्द्यावर आलात. अहो, आयुष्यात संकटं ही येणारच; पण विचार केला तर लक्षात येईल की, त्यांपैकी बहुतेक संकटं माणसाच्या चुकीमुळं येतात. त्यामुळे आपली चूक आपण सुधारली पाहिजे. आपल्या चुकीचा भार

देवावर का? राम राजा होता. सर्वगुणसंपन्न होता. तरीही त्याच्यावर थोडी का संकटं आली? पण म्हणून तो फक्त रडत किंवा शंकराची पूजा करत बसला नाही. त्यानं धीरानं संकटांना तोंड दिलं. सध्या लोकांना गॉड मॅनिया म्हणजे देवाचं वेड लागलं आहे. मुलाला के. जी. ला ॲडमिशन हवी– घाल देवाला साकडं, गॅस आला नाही– कर देवाला नवस, परीक्षा आली– घाल शनीला फेऱ्या, डायबिटीस झाला– वाच गुरुचरित्राची पोथी! आता अडचणींचा आणि देवाचा काय संबंध? बारक्या-सारक्या गोष्टीतसुद्धा देवाची मदत घेण्याची गरज आहे का? देवानं तुम्हाला दोन हात, दोन पाय, बुद्धी दिलीय; त्यांचा वापर करा. म्हणून तर प्रसिद्ध अभिनेते डॉ. श्रीराम लागू गमतीनं म्हणतात– देवानं माणसांची आजवर खूप सेवा केली. आता त्याला रिटायर करा.'' बाबा हसले आणि उठले.

गायत्रीनं महाजन आजोबांच्या घरचं काम स्वीकारलं आणि ती त्यांच्या घरचीच होऊन गेली. तिच्या सुदैवानं महाजनांची मोलकरीण बाळंतपणाच्या रजेवर गेली, ती पुन्हा कामावर आलीच नाही. त्यामुळं गायत्री महाजन आजींनी सोडलंच नाही. सुरुवातीला गायत्री देवळात राहायची आणि कामासाठी महाजनांकडे जायची. पुढं ती त्यांच्याकडं एवढी रमली की, संबंध दिवस त्यांच्याकडं असायची आणि फक्त बाबांना खिचडी करून देण्यापुरती दुपारी-सायंकाळी देवळात यायची. खिचडी करून बाबांना जेवायला घालून, भांडी घासून परत जायची. बाबांना आता तिची मुळीच काळजी राह्यली नव्हती. तिला कामाची सवय आणि आवड होती. महाजनांकडं प्रेम आणि खाणं-पिणं व्यवस्थित मिळत होतं. त्यामुळं ती खूष होती.

अशी दोन वर्षं गेली आणि अचानक एक भानगड उपस्थित झाली. गायत्री घरातून निघून गेल्यावर सासरच्या लोकांनी तिचा सर्वत्र तपास केला. पण तिचा तपास लागला नव्हता. दरम्यान, तिच्या नवऱ्याला स्वत:ची चूक समजली होती आणि आपण आई-वडिलांच्या नादी लागून आपली चांगली बायको गमावली, याचा त्याला पश्चात्ताप वाटू लागला होता.

तेवढ्यात कोणी तरी तिला कोळथऱ्यात पाह्यल्याची बातमी तिच्या नवऱ्याच्या कानावर घातली. त्याला आनंद झाला. तो धावत आला. दोन दिवस कोळथरे पालथं घातल्यावर त्याला एका दुकानातून ती बाहेर पडताना दिसली. त्यानं तिला 'सरूऽऽ' म्हणून हाक मारली. आपल्याला सासरच्या नावानं कोण हाक मारतंय म्हणून ती घाबरली. तेवढ्यात समोर नवरा आला. त्याला पाहून ती दचकली. तो म्हणाला, ''सरू, मी तुला न्यायला आलो आहे. परत चल. मला माझ्या वागण्याचा पश्चात्ताप

झाला आहे. मी आता तुला छळणार नाही. चल!''

पण गायत्रीला त्याचा विश्वास वाटेना. आता गेलं आणि पुन्हा तो तसंच वागला; तर पुन्हा महाजन, बाबा दारात उभं करणार नाहीत. पुन्हा आत्महत्या? नको–नको! आणि ती नवऱ्याला म्हणाली, ''हे बघा, माझा तुमच्यावर विश्वास नाही. मी येणार नाही.'' आणि निघून गेली.

नवऱ्याला काय करावं, ते कळेना. तो दुकानात गेला आणि दुकानदाराला विचारल, ''अहो काका, आता दुकानातून बाहेर पडल्या त्या बाई कोण हो?''

''ती होय? ती सागरबाबांची मानलेली मुलगी– गायत्री.''

''कुठं राहते?''

''कोपऱ्यावरचे महाजन यांच्या घरी. पण तुम्ही कोण?''

''मी तिचा नवरा. ती घरातून पळून आली आहे.'' असं म्हणून तो निघून गेला. दुकानदार त्याच्याकडं पाहतच राह्यला.

गायत्रीचा नवरा गावी गेल्यावर त्यानं आपल्या पोलीस मित्राला गाठलं. बायकोची हकिगत सांगितली आणि विचारलं, ''माझी बायको कशी परत मिळवता येईल?

''अगदी सोपं! बायको पळून गेल्याचा आणि अमुक ठिकाणी अमुकांनी तिला पकडून ठेवल्याचा अर्ज दे. पोलीस खातं लगेच तिला सोडवून तुझ्या हवाली करील; वर तिला पकडून ठेवणाऱ्यावर कारवाई करील.'' मित्रानं सल्ला दिला.

नवऱ्यानं लगेच तसा अर्ज लिहून दिला. चारच दिवसांनी गायत्रीचा नवरा, त्याचा पोलीस मित्र अटकेचं वॉरंट घेऊन महाजनांच्या घरी दाखल झाले.

पुन्हा एकदा कोळथरेत पोलीस आल्यानं गावकऱ्यांत खळबळ उडाली. 'महाजन आहेत का?' विचारत दारात पोलीस आला, हे पाहून आजोबा चाट पडले. म्हणाले, ''मीच महाजन, काय काम आहे?''

''तुमच्याविरुद्ध तरुणीला पकडून ठेवल्याची तक्रार आहे.''

''आम्ही? आणि कोणाला?'' महाजनांना काहीच कळेना. तेव्हा पोलिसानं तक्रारीची माहिती महाजनांना दिली. त्यावर आजोबा म्हणाले, ''असं होय? म्हणजे मी आणि बाबांनी गायत्रीला पकडून ठेवलं, असं तुमचं म्हणणं आहे. ठीक आहे. बाबांना बोलाव.'' आजोबांनी बेबीला सांगितलं. बेबी धावत जाऊन बाबांना घेऊन आली. ''हे सागरबाबा.'' आणि त्यांनी बाबांना तक्रारीची माहिती सांगितली.

तेव्हा बाबा म्हणाले, ''पकडून-बिकडून काही नाही; ती समुद्रात जीव द्यायला आली, मी तिला वाचवलं. पुन्हा सासरी जायचं नाही म्हणाली, म्हणून इथं राह्यली,

एवढंच. विचारा तिलाच हवं तर–'' आणि त्यांनी गायत्रीला हाक मारली. ती बाहेर आल्यावर पोलीसानं तिचा जबाब घेतला. पुढं म्हणाला, ''आता तिचा नवरा तिला न्यायला आला आहे. चांगलं वागण्याची त्यानं लेखी हमी आमच्याकडं दिली आहे, तेव्हा तुम्ही तिला सोडावं; नाही तर तुम्ही अडचणीत याल.''

तेव्हा बाबा म्हणाले, ''अहो, तिला अडवणारे आम्ही कोण? पण तिची जायची तयारी हवी ना? आणि पुन्हा त्रास देणार नाहीत याची खात्री काय?''

त्यावर गायत्रीचा नवरा म्हणाला ''बाबा, आता मी आई-वडिलांपासून वेगळा राहतो. शिवाय, माझी चूक मला समजली असल्यानं मूल दत्तक घ्यायचं मी ठरवलं आहे.''

''आणि बाबा व महाजन, गायत्रीचा नवरा नीट वागला नाही, तर आम्ही आहोत ना! तिला पुन्हा इथं आणून सोडू आणि नवऱ्यावर कारवाई करू. मग तर झालं?'' पोलिसानं विचारलं. आता बाबा आणि आजोबांना नाही म्हणायला वावच नव्हता. त्यांनी दुःखी अंतःकरणानं गायत्रीला निरोप दिला. महाजन आजींनी सवाष्ण गायत्रीची ओटी भरून तिला पुन्हा येण्याचं निमंत्रण दिलं, पत्र पाठवण्यास बजावलं.

गायत्री आणि तिच्या नवऱ्याला घेऊन पोलीस निघून गेला. गायत्री गेल्याचं दुःख महाजन कुटुंबाला विशेष झालं. कारण गेल्या दोन वर्षांत गायत्री त्यांच्या कुटुंबातीलच एक झाली होती.

बाबांना वाटलं– गायत्री जशी अचानक आली, तशी आज अचानक गेली. पण पतीचं घर हेच पत्नीचं खरं घर. आज ती पतीच्या घरी परतली, हे बरंच झालं.

आश्चर्य म्हणजे, पंधरा दिवसांनीच गायत्रीचं बाबा-आजोबांना मिळून मोठं पत्र आलं. ते पाहून सगळ्याना आश्चर्य वाटलं. पत्रात म्हटलं होतं–

बाबा आणि सर्व महाजन मंडळींना नमस्कार.

त्या दिवशी सारं कसं अचानक घडल्यानं तुम्हा कुणाचाच नीट निरोप घेता आला नाही. खरं म्हणजे, त्या दिवशी एखाद्या मुलीला माहेरहून सासरी जाताना जे वाटतं, ते मला वाटत होतं. बेबीला जवळ घ्यावंसं वाटत होतं. माझा पाय घरातून निघत नव्हता. पण पोलिसांपुढं हे व्यक्त करणं बरं वाटलं नाही. वास्तविक, मी तुम्हा कुणाच्या ना ओळखीची, ना माहितीची. पण बाबांनी मला वाचवलं. महाजन कुटुंबीयांनी सांभाळलं. तुम्ही नसतात, तर गायत्री दिसली नसती. तुम्हा सर्वांचे आभार किती आणि कसे मानावेत, तेच कळत नाही. पण आई-वडिलांचे, बहीण-भावाचे आभार मानायचे असतात का?

आनंदाची गोष्ट म्हणजे, हे (माझे पती) पूर्णपणे बदलले आहेत. मला छळत

तर नाहीतच, पण माझी काळजी घेतात. लवकरच आम्ही मुलगा दत्तक घेणार आहोत. तो घेतल्यावर तुम्हाला दाखवायला दोघंही येऊ.

शेवटी बाबा एकटे आहेत. सतत भटकत असतात. किनाऱ्यावर झोपत असतात. त्यांची काळजी वाटते. माझ्या या दुसऱ्या जन्मदात्याला काही दुखलं-खुपलं तर काळजी घ्यायला महाजन मंडळी आहेतच... आपली सर्वांची गायत्री.

गायत्रीचं हे छोटंसंच भावनोत्कट पत्र सर्वांनाच रडवून गेलं.

गायत्री नवऱ्याकडं परत गेली आणि बाबांचा दुपारी व रात्री खिचडी पकवण्याचा कार्यक्रम पूर्ववत् सुरू झाला. महाजन मंडळींनी बाबांना त्यांच्याकडं जेवायला येण्याचा आग्रह केला, पण बाबांनी तो मानला नाही.

बाबांचे दैनंदिन कार्यक्रम सुरू होतेच. अभ्यासवर्ग व्यवस्थित सुरू होता. मुलांना विज्ञानाची गोडी लागली होती. मुलांनी शाब्दिक ज्ञानाबरोबर हातानं काही तरी कृती करावी, म्हणून महाजन आजोबांनी वसतिगृहाच्या आवारात 'खटपटघर' उभारून दिलं होतं. तिथं सुतारकामाचं, बांधकामाचं, विजेचं सर्व साहित्य ठेवलं होतं. त्यामागं कल्पना अशी होती की– मुलांनी नुसते शोध सुचवू नयेत, तर त्याचे प्रयोग करून पाहावेत. बाबांना ही कल्पना फार आवडली.

बाबांचा किनाऱ्यावरचा प्राणायाम, व्यायाम, पुरश्चरण, औषधोपचार, प्रार्थना व प्रश्नोत्तरं नियमित सुरू होती. आजोबा नवी-नवी पुस्तकं आणत होते. ती बाबा वाचत होते.

सारं कसं छान चाललं होतं. पण एके दिवशी अचानक यात विघ्न आलं. पाऊस जोरात सुरू झाला होता. बाबा छत्रीऐवजी पंढरपूर वारीच्या वेळी घेतलेलं प्लॅस्टिकचं इरलं वापरायचे. विद्यार्थी वसतिगृहातील अभ्यासवर्ग आटोपून बाबा एकटेच देवळात परतत होते. रस्त्याच्या कडेला पावसाच्या पाण्यानं भरलेलं गटार वेगानं वाहात होतं. जोरदार पावसानं रस्त्यात मोठे खड्डे पडून पाण्याची डबकी साचली होती. कडेचं गटार आणि रस्त्यातील डबकी चुकवत चालणं मोठं अवघड जात होतं. तेवढ्यात समोरून वेगानं एक मोटारसायकल आली. तिच्या दिव्याचा प्रखर प्रकाश बाबांच्या डोळ्यांवर पडला. त्यांचे डोळे दिपले. क्षणभर त्यांना रस्त्यावरचं काहीच दिसेना. त्याच वेळी जोराचा वारा आला. त्यांच्या अंगावरचं इरलं वाऱ्यानं उडालं. ते पकडण्याच्या नादात बाबा रस्त्याच्या मध्यात आले आणि समोरून येणाऱ्या मोटारसायकलनं बाबांना जोराची धडक दिली. बाबा उडाले आणि गटाराच्या काठावर पडले. मोटारसायकल घसरून दुसऱ्या बाजूच्या गटाराशेजारी

जाऊन पडली. तरी पण चालवणारा उठला, धावत बाबांपाशी आला. ते विव्हळत होते. त्यानं बाबांना बसतं केलं. जोराच्या पावसामुळे मुळात रस्त्यात रहदारी कमी होती. त्यामुळे चालत होती ती माणसं धावली. दोघा-तिघांनी बाबांना उचलून बाजूच्या घराच्या पडवीत आणलं; तेव्हा लक्षात आलं की, बाबांच्या उजव्या मांडीचं हाड जोराच्या धक्क्यामुळं मोडलं असून त्याच्या बाबांना असह्य यातना होताहेत.

महाजन आजोबांना निरोप गेला. ते धावत आले. त्यांनी पाह्यलं– अपघात मोठा होता. ताबडतोब उपचार होणं गरजेचं होतं. त्यांनी गावातील मोटार मिळवली आणि इतरांच्या मदतीनं बाबांना दापोलीच्या हॉस्पिटलमध्ये दाखल केलं.

डॉक्टरांनी बाबांना तपासलं. तातडीची इंजेक्शनं दिली. एक्सरे काढला आणि मांडीचं हाड मोडल्यानं ऑपरेशन करून प्लॅस्टर घालायला हवं, असं निदान केलं. बाबांना कुणीच नव्हतं, म्हणून आजोबांनीच सर्व व्यवस्था केली. दुसऱ्या दिवशी बाबांचं ऑपरेशन झालं. प्लॅस्टर घातलं गेलं. आता सहा आठवडे बाबांना अंथरुणावरून उठता येणार नव्हतं. झोपेव्यतिरिक्त कधीही विश्रांती न घेणाऱ्या बाबांना ही सहा आठवड्यांची सक्तीची विश्रांती घ्यावी लागणार होती.

- ० -

सतरा

झालेल्या अपघाताबाबत बाबांची काहीच तक्रार नव्हती. परंतु हा अपघात असल्यानं पोलिसांनी पंचनामा केला. या घटनेतील मोटारसायकलस्वार बडे बापका बेटा होता. त्यामुळे वर्तमानपत्रांनी या घटनेला मोठी प्रसिद्धी दिली. परिणामी, आपल्याला मोठी शिक्षा होऊ नये, म्हणून तो तरुण रोज बाबांना भेटायला येऊन त्यांची चौकशी करीत होता.

उपचारांसाठी येणारा सर्व खर्च देण्याची तयारीही त्यानं दाखवली होती. त्याचे आई-वडीलही दवाखान्यात येऊन बाबांना भेटून गेले होते. कोळथरेच्या पंचक्रोशीतील सर्व लोक बाबांना भिक्षेच्या निमित्तानं ओळखत असल्यानं त्यांची बाबांना भेटायला येण्यासाठी रांग लागली होती.

महाजन आजोबा तर पहिल्या दिवसापासून रोज भेटायला येत होते. वसतिगृहातील सर्व मुलं व प्रमुख येऊन बाबांना भेटून गेले. पण आईला घेऊन उस्मान भेटायला आला आणि आईच्या सूचनेवरून रोज रात्री दवाखान्यात झोपायला यायला लागला. तो रात्रीच्या शेवटच्या बसनं दापोलीला यायचा आणि दुसऱ्या दिवशी पहाटे पहिल्या बसनं कोळथरेला परतायचा. आजोबांनी दापोलीला कामावर जाणाऱ्या मुलाबरोबर बाबांसाठी दुपारचा जेवणाचा डबा पाठविण्याची व्यवस्था केली. गायत्रीला वर्तमानपत्रांतून बातमी समजताच ती नवऱ्यासह धावत येऊन बाबांना भेटून गेली.

एकूण, गेल्या दहा वर्षांत आपण किती प्रचंड माणसं जोडली, याचा अंदाज बाबांना या घटनेनं येत होता. मांडीच्या मोडलेल्या हाडात स्टीलच्या सळ्या घालून वरून प्लॅस्टर केलं असल्यानं तशा वेदना होत नव्हत्या. पण काहीही काम नसल्यानं नुसतं पडून राहण्याचा बाबांना आठ दिवसांतच कंटाळा येऊ लागला.

शेवटी त्यांनी एक युक्ती योजली. त्यांना उभं राहता येत नव्हतं. पण तोंडानं गायत्री मंत्र म्हणता येत होता. म्हणून त्यांनी किनाऱ्यावरील दिनक्रमाप्रमाणं सकाळी सात ते दहा पुरश्चरण करण्यास सुरुवात केली. त्यामुळे त्यांचा सकाळचा वेळ चांगला जाऊ लागला.

अडचण होती दुपारचा वेळ कसा घालवायचा, याची. पण त्यांची ही अडचण महाजन आजोबांनी दूर केली. कारण बाबा बरोबर आजोबा– हे समीकरण गेल्या दहा वर्षांत रूढ झालं होतं. पहाटे प्राणायाम-व्यायाम, दुपारी वाचन, सायंकाळी प्रार्थना सभा आणि रात्री अभ्यासवर्ग– अशी दिवसातून चार वेळा त्यांची भेट होत होती. आता दिवसातून एकदाच भेटता येतं, याची खंत त्यांना वाटू लागली आणि त्यातून त्यांना मार्ग सुचला.

त्यांचा मुलगा रोज सकाळी दहा वाजता स्कूटरवरून दापोलीला कामावर जायचा आणि संध्याकाळी परत यायचा. त्याच्याबरोबर आपण गेलो आणि आलो, तर दोघांनाही एकटं वाटणार नाही. शिवाय, जाताना बरोबर नेलेला डबा खाता येईल, दुपारी वाचन करता येईल. आणि बाबा स्वतंत्र खोलीत असल्यानं इतरांना त्रास होण्याची शक्यता नव्हती.

आजोबांनी ही योजना मुलगा व बाबांच्या कानावर घातली. दोघंही तयार नव्हते. पण आजोबांनी मुलाला स्कूटर सावकाश चालविण्याची सूचना केली आणि अवघा महिन्याचा प्रश्न आहे, असं सांगून बाबांची समजूत काढली.

अपघाताची बातमी पुण्याला कळवावी, असा आजोबांनी आग्रह धरला. पण घरी ते कळलं; तर पत्नी आणि मुलगा धावत येऊन घेऊन जातील व सागरबाबा संपेल, अशी भीती त्यांनी व्यक्त केली. त्यामुळे आजोबा गप्प बसले.

आजोबा दवाखान्यात रोज यायला लागल्यापासून बाबांचा कंटाळा दूर झाला. सकाळी पडल्या-पडल्या गायत्री मंत्रपठण, अकरा ते पाच आजोबांबरोबर जेवण-वाचन, संध्याकाळी भेटावयास येणाऱ्यांशी बोलणं आणि रात्री उस्मानच्या सोबतीत झोप– असा व्यवस्थित कार्यक्रम सुरू झाला.

एरवी अशा प्लॅस्टर घातलेल्या पेशंटला घरी पाठवतात. पण बाबांना घरच नव्हतं आणि आजोबांकडे राहणं बाबांना प्रशस्त वाटत नव्हतं. शिवाय अपघात करणारा तरुण दवाखान्याचा सर्व खर्च करणार होता. त्यामुळे खर्चाची काळजी नव्हती. म्हणून बाबांनी घरी जाण्याऐवजी दवाखान्यात राहणं पसंत केलं. परंतु दवाखान्यात भगव्या कपड्यांऐवजी दवाखान्याचे कपडे अंगांवर घातल्यानं त्यांचा साधूपणा काही काळाकरता स्थगित झाला होता.

बाबा दवाखान्यात असल्यानं डॉक्टर रोज येत होते, तपासत होते. आणि बाबांची मुळातील प्रकृती धडधाकट असल्यानं हाड मोडण्याव्यतिरिक्त इतर कोणताही आजार नव्हता. फक्त मोटारसायकलची फार मोठी धडक हाडाला बसल्यानं उजव्या मांडीच्या हाडाची लांबी एखाद्या इंचानं कमी होऊन उजवा पाय थोडा आखूड होतो

की काय, अशी भीती डॉक्टराना वाटत होती.

महाजन आजोबा रोज येताना नवीन पुस्तक घेऊन येऊ लागल्यानं त्यांचं वाचन व चर्चा असा पूर्वीचा कार्यक्रम पुन्हा सुरू झाला. आजोबांनी आणलेल्या नव्या पुस्तकाचं नाव होतं– 'भारतातील दारिद्र्याची कारणं आणि उपाय' आणि लेखक होते नोबेल पारितोषिक विजेते बंगालचे अमर्त्य सेन.

या पुस्तकात म्हटलं होतं, 'भारतातील दारिद्र्याचं कारण हिंदू समाजाची मानसिकता हे आहे. पुराणकाळापासून लोक मानत आहेत की, गरीब किंवा श्रीमंत कुटुंबाला जन्माला यायचं, हे त्या मुलानं गेल्या जन्मात केलेल्या पाप-पुण्यावर अवलंबून असतं. त्यामुळं एखादा मुलगा गरिबापोटी जन्माला आला, तर त्याबद्दल त्यानं श्रीमंतांना दोष न देता आपली गरिबी निमूटपणे भोगावी; श्रीमंत होण्याची अपेक्षा बाळगू नये. या ठाम धारणेमुळं चातुर्वर्ण्यातील शेवटचा शूद्र समाज सेवेचीच कामं करत कायम राहिल्यानं गरीब राह्यला. त्याला श्रीमंत होण्याची संधी कधी मिळालीच नाही.

दुसरं कारण– श्रीमंत समाजानं उद्योगाची व उपभोगाची सर्व साधनं स्वत:च्या हातात ठेवल्यानं गरिबांना शिक्षण मिळालं नाही व तो समाज कायम गरीब राह्यला. डॉ. आंबेडकरांच्या लक्षात ही गोष्ट आल्यानं त्यांनी गरिबांच्या शिक्षणावर भर दिला. त्यामुळे काही लोक तरी शिकून गरिबीतून बाहेर पडल्याचं चित्र आज दिसतं.

भारतातील गरिबी दूर करण्याचे दोन मार्ग आहेत. पहिला मार्ग– समाजाची मानसिकता बदलणं. कुणाच्या पोटी जन्माला यायचं, हे देवाच्या किंवा देवीच्या अधीन असलं तरी ती चूक समाजानं किंवा सरकारनं सुधारली पाहिजे. श्रीमंत व गरिबांत आज असलेली अन्न, वस्त्र व निवारा यांतील दरी दूर केली पाहिजे. सर्व गरिबांना सर्व प्रकारचं शिक्षण मोफत ठेवून शहाणं केलं पाहिजे आणि श्रीमंतांचे उत्पन्न, घरं, सुखसोई, संपत्ती यांवर मर्यादा घातली पाहिजे. अशा मर्यादेतून उपलब्ध होणाऱ्या पैशातूनच सरकारला गरिबांना पुरेसं अन्न, वस्त्र व निवारा देणं शक्य होईल. या मार्गानं भारतातील दारिद्र्य पंचवीस वर्षांत दूर होऊ शकेल.'

पुस्तकातील प्रतिपादन बाबा आणि आजोबांना खूपच भावलं. त्यावर मत व्यक्त करताना बाबा म्हणाले, "माणूस गरिबीमुळं अंधश्रद्ध होतो. पश्चिमेकडील देश श्रीमंत आहेत, म्हणून अंधश्रद्धा नाहीत. भारतातील दारिद्र्य कमी झालं की, अंधश्रद्धाही कमी होईल!"

बाबांच्या प्रतिक्रियेला आजोबांनी पाठिंबा दिला आणि त्या दिवसाचं वाचन व चर्चा संपली.

सागरबाबांच्या ऑपरेशनला सहा आठवडे पूर्ण झाले. प्लॅस्टर काढण्याचा दिवस उजाडला. उद्यापासून बाबा आपला नेहमीचा दिनक्रम सुरू करणार, म्हणून स्वत: बाबा, आजोबा व वसतिगृहातील मुलं आनंदात होती. काही जण बाबांना कोळथऱ्याला न्यायला दवाखान्यातही आले होते.

सकाळी अकरा वाजता डॉक्टर आल्यावर त्यांनी बाबांच्या मांडीचं प्लॅस्टर काढलं. जखम पूर्ण भरली होती. उजवा पाय पूर्वीसारखा झाला होता. ते पाहून सर्वांना आनंद झाला. डॉक्टरांनी बाबांना उभं राहायला सांगितलं. त्याप्रमाणे बाबा उभंही राह्यले. पण डॉक्टरांच्या लक्षात आलं की, बाबांना उजव्या पायावर भार देऊन उभं राहावं लागत आहे. कारण त्यांच्या उजव्या पायाची लांबी किंचित कमी झाली आहे.

डॉक्टर पट्कन म्हणाले, ''बाबा, काही हरकत नाही. तुम्हाला काही दिवस उजव्या पायात थोडी जाड चप्पल वापरावी लागेल आणि उजव्या पायावर जास्त भार येऊ नये, म्हणून उजव्या काखेत कुबडी घ्यावी लागेल. पण ते थोडे दिवस. आणि असंही तुम्ही सगळीकडं हिंडू शकाल. इथं समोरच एक चांभार आहे. त्याच्याकडं तुमची चप्पल नेऊन द्या. एका दिवसात तो तुमची उजवी चप्पल जाड करून देईल. आणि उद्या सकाळी तुम्ही घरी जाऊ शकाल. ठीक आहे?'' डॉक्टरांनी विचारलं. बाबांनी मान हलवली आणि डॉक्टर निघून गेले. बाकीचे लोकही 'उद्या सकाळी येतो' असं सांगून एक-एक करत निघून गेले.

खोलीत कुणी उरलं नाही. पाय कसा झालाय तो पाहावा, म्हणून बाबा उभं राह्यले. पण त्यांना दोन्ही पायांवर ताठ उभं राहता येईना. उजव्या बाजूला कलायला होत होतं. बरं, ताठ उभं राह्यलं तर उजवं पाऊल अधांतरी राहात होतं. म्हणजे जाड चप्पल आणि कुबडी अपरिहार्य होती. आजवर अशी चालणारी अनेक माणसं त्यांनी पाह्यली होती. पण चालताना त्यांचे होणारे हालही त्यांनी पाह्यले होते.

त्यांच्या मनात आलं– 'हे मला जमेल? मला समुद्रात अंघोळ करता येईल? प्राणायाम-व्यायाम पूर्वीप्रमाणे करता येईल? तीन तास गायत्री मंत्र म्हणण्यासाठी उभं राहता येईल? जाड चप्पल घालून आणि काखेत कुबडी घेऊन भिक्षा मागता येईल? खिचडी शिजवता येईल? वाचनासाठी आणि अभ्यासवर्गासाठी चालत जाता येईल? अशक्य आहे! कुबडी घेऊन मी कुठं कुठं धावणार? यापुढं कुबडी हीच माझी मरेपर्यंतची सोबती. आपण भगवे कपडे घातले, तेव्हा रामदासांप्रमाणे कुबडी घेण्याची इच्छा व्यक्त केली होती; ती देवानं अशी पूर्ण केली... सागरबाबा आता कुबडीबाबा बनणार!'

सागरबाबा संपला– या कल्पनेनंच बाबांच्या डोळ्यांत टच्कन पाणी उभं राह्यलं. बाबा पट्कन पलंगावर बसले. ओंजळीत तोंड दडवून मुसमुसू लागले. रडण्याव्यतिरिक्त काय करावं, हेच त्यांना कळेना.

थोडा वेळ गेला. निराशेचा आणि दु:खाचा कढ कमी झाला. बाबांनी रुमालानं डोळे पुसले. तोंड धुतलं. फ्रेश झाले. बाबांच्या मनात आलं– 'इतरांना संकटाला धैर्यानं तोंड देण्याचं तत्त्वज्ञान सांगणारा, उपदेश करणारा मी; मला रडून, हात-पाय गाळून कसं चालेल? मीच दु:खी झालो, तर इतरही दु:खी होतील. आणि मी तर इतरांना आनंदी करण्यासाठी कोळथऱ्यात आलो आहे ना? मग मला माझं दु:ख, माझ्या भावना माझ्याजवळच ठेवल्या पाहिजेत. त्यांचं प्रदर्शन करता उपयोगी नाही.'

तेवढ्यात अपघात करणारा तरुण आला. त्यानं दवाखान्याचं बिल चुकतं केलं होतं. बाबांची चप्पल शिवायला टाकली होती. त्याच्या घरची गाडी होती. तो म्हणाला, "उद्या सकाळी मी गाडी घेऊन येतो. तुम्हाला घरी सोडतो." आणि जाताना बाबांच्या हातात एक पाकीट देऊन निघून गेला. बाबांना कळेना– कसलं पाकीट? त्यांनी उघडलं तो– त्यात पाच हजार रुपयांचा नोटा आणि एक छोटी चिठ्ठी होती. चिठ्ठीत लिहिलं होतं–

बाबा, मी तुमच्यासारख्या एका देवमाणसाला संकटात आणलं, याबद्दल मला खूप दु:ख होत आहे. माझी मोठी चूक झाली; मला क्षमा करा. आजवर तुमचं ठीक होतं. तुम्ही हिंडते-फिरते होता. पण आता तुम्ही अपंग झालात. तुम्हाला ठायी-ठायी माणसांची, पैशांची गरज लागेल. म्हणून सोबत पाच हजार रुपये ठेवत आहे. त्याचा स्वीकार करा. आणखी लागले तर मागून घ्या, अनमान करू नका– तुमचा दुर्दैवी मुलगा.

'मी अपंग आणि मला मदत करणारा मुलगा दुर्दैवी?' बाबांनी डोळे पुसले.

दुसऱ्या दिवशी महाजन आजोबा आले. गाडी आली, चप्पल आली, कुबडी आली. बाबांनी दवाखान्याचे कपडे बदलून नेहमीचे कपडे घातले. पायांत जाड चप्पल घातली. उजव्या काखेत कुबडी घेतली. त्या तरुणाच्या साह्यानं गाडीत बसून आजोबांबरोबर बाबा कोळथऱ्याला आले. कुठं जायचं? देवळात की किनाऱ्यावर? पण आजोबांनी त्यांच्या मंडपात कॉट टाकून बाबांच्या स्वागताची व्यवस्था केली होती. तरुणानं बाबांना हाताला धरून कॉटवर बसवलं आणि दोघांच्या पायांना हात लावून नमस्कार करून तो निघून गेला.

बाबा घरी आल्याची बातमी लगेच गावभर पसरली आणि काही जण येऊन त्यांना भेटूनही गेले. बाबा आणि आजोबांनी मांडवातच जेवण केलं आणि गप्पा मारत

बसले.

आजोबांनी प्रश्न विचारला, "बाबा– तुम्ही नियती, दैव, नशीब नाही म्हणता; मग तुम्हाला अपघात कसा झाला?"

बाबा हसत म्हणाले, "हा प्रश्न अनेकांना पडतो. आता माझंच पाहा– त्या अपघाताला चार घटक कारणीभूत आहेत. वेगानं येणारी मोटारसायकल, अंधार, पाऊस, हवा आणि मी. पाऊस पडत होता. मी डबकी चुकवत इरलं घेऊन अंधारात चाललो होतो. जोरात वारा आला अन् इरलं उडालं, ते पकडायला मी उजव्या बाजूला झालो. तेवढ्यात समोरून वाहन आलं. मला धडकलं. यापैकी एक जरी घटक नसता, तरी अपघात झाला नसता. आणि माझ्या जागी दुसरा असता, तरी तो पडला असता. म्हणजे, ज्या वेळी अपघात होण्यास योग्य असे अनेक घटक एकत्र येतात, तेव्हा अपघात होतो. मी होतो म्हणून अपघात झाला नाही. तेव्हा माझ्या दैवाचा, नशिबाचा, नियतीचा प्रश्न कुठं येतो? म्हणून तर आपण नेहमी काळजी घ्यावी, असं म्हणतो."

आजोबांचं समाधान झालं नाही. पण त्यांनी दुसरा प्रश्न विचारला, "बाबा, देव न्यायी आहे. त्याला सर्व समजतं, अशी भावना असताना लोक कोटी-कोटी नामाचा जप का करतात? पोथ्यांची पारायणं का करतात?"

बाबा म्हणाले, "त्याचं उत्तर अविवेक. आजोबा, धार्मिक व्यवहारच गमतीशीर आहे. देवाला कोंडतात काय, तासन्तास पाण्यात बुडवून ठेवतात काय... कारण काही समाजात असा समज आहे की, देवाला आपण शिक्षा केली की देव आपलं काम करील. काही जण भक्तीचा अतिरेक करतात. म्हणजे कोटी-कोटी नाम घेतात. काही लोक ब्राह्मणामार्फत पैसे देऊन पूजा, पारायण करून घेतात. आता आईला वारंवार लाडू मागितला तर आई लाडू देईल का धपाटा? तसंच देवाचं आहे. सारखी-सारखी देवाला हाक मारण्यानं देव प्रसन्न होण्याऐवजी रागवण्याची अधिक शक्यता. काही लोक रस्त्यातून जाताना दिसेल त्या देवाला थांबून नमस्कार करतात. त्याचं तर मला हसूच येतं."

बाबा जाड चप्पल आणि कुबडी घेऊन महाजनांच्या मांडवात वावरत होते, परंतु त्यांना अडखळल्यासारखं होत होतं. काय आणि कसं करावं, तेच कळत नव्हतं. त्यामुळे रात्री त्यांना नीट झोपही आली नाही.

त्यांच्या मनात आलं– "आपण कितीही प्रयत्न केला तरी आता पूर्वीसारखं वावरणं अशक्य आहे. आणि कोणताही उपक्रम चालू ठेवता येणार नसेल, तर मग

जगण्यात तरी काय अर्थ आहे? थांबला तो संपला... त्यापेक्षा आपणच आता थांबावं. झालं एवढं ऐंशी वर्षांचं आयुष्य पुरे झालं, असं समजून प्रायोपवेशन करावं. उद्या सकाळी घरच्यांना, गायत्रीला बोलावून घ्यावं. सायंकाळी किनाऱ्यावर गावकऱ्यांपुढं आपल्या देवाच्या शोधाचे निष्कर्ष सांगावेत. त्याच्या शेवटी प्रायोपवेशन सुरू करावं आणि जगाचा निरोप घ्यावा.' बाबांनी कार्यक्रम निश्चित केला आणि समाधानानं झोपी गेले.

सकाळी बाबांनी हा आपला विचार आजोबांना सांगितला, तेव्हा आजोबा चक्रावलेच. त्यांनी बाबांचं म्हणणं धुडकावून लावलं. पण बाबांनी त्यांना समजावून सांगितलं. "आजोबा, मी आता पूर्वीप्रमाणे हिंडू शकणार नाही, हे तर स्पष्ट आहे. मग एका जागी बसून परावलंबी बनून काय करू? आज तुम्ही आहात– पण उद्या? मी कुठं जाणार? त्यापेक्षा आजच मानानं थांबणं बरं नाही का? हे सारं उद्याच करा, असा माझा आग्रह नाही. पण लवकरात लवकर मला जाऊ द्या, असा आग्रह आहे. हवं तर आज रात्री यावर विचार करा."

आजोबांनी त्यावर रात्री विचार केला. एका बाजूला बाबांशिवाय एकटं राहणं, ही कल्पनाच त्यांना अशक्य वाटत होती; तर दुसऱ्या बाजूला बाबांचा विचार व्यवहारी वाटत होता. शेवटी त्यांनी निर्णय घेतला– बाबांचा विचार स्वीकारायचा. पण घाईगर्दीनं अमलात न आणता सावकाश, व्यवस्थित राबवायचा. त्यासाठी सभेचा दिवस त्यांनी आठ दिवसांनंतरचा निर्धारित केला व बाबांच्या कानांवर घातला. बाबांनाही तो पटला आणि आजोबांच्या हालचालींना सुरुवात झाली.

पहिलं काम होतं– बाबांच्या घरी पुण्याला आणि गायत्रीला पत्रं पाठविणं. दुसरं काम होतं– आठ दिवसांनंतरच्या प्रार्थना सभेचं– आणि तिसरं काम होतं प्रायोपवेशनाचं. या कामात बऱ्याच माणसांची मदत लागणार होती. म्हणून आजोबांनी वसतिगृहाच्या प्रमुखांना बोलावून घेतलं. त्यांना बाबांचा विचार समजला तेव्हा त्यांनाही वाईट वाटलं. पण सर्व मदत करण्याचं आश्वासन त्यांनी दिलं. बाबा, आजोबा आणि प्रमुखांच्या उपस्थितीत कामाची आखणी करण्यात आली.

बाबांनी घरी व गायत्रीला पत्रं पाठविण्याची जबाबदारी घेतली. आजोबांनी प्रार्थना सभेचं निमंत्रण छापण्याची, लाऊडस्पीकरची आणि प्रायोपवेशनासाठी छोटा मांडव घालण्याची जबाबदारी घेतली; तर प्रमुखांनी निमंत्रणं वाटणं, सभा व प्रायोपवेशन यासाठी स्वयंसेवक पुरविण्याचं मान्य केलं.

दुसऱ्याच दिवशी बाबांनी सविस्तर पत्रं पाठवली. आजोबांनी बाबांच्या मदतीनं

प्रार्थना सभेचं निमंत्रण तयार करून दापोलीला छापायला पाठवलं व लाऊडस्पीकर बुक केला. सभा पुढच्या रविवारी सायंकाळी पाच वाजता किनाऱ्यावर होणार होती. तसे अजून दहा दिवस होते. पण निमंत्रणं छापून येणं, ती वाटणं यांना तेवढा वेळ जाणारच होता.

बाबांच्या प्रायोपवेशनाचा दिवस जवळ येत चालला तसा आजोबा व इतरांच्या मनावरील ताण वाढत चालला. बाबा स्वत: मात्र अत्यंत शांत होते. दोन दिवसांत निमंत्रणं छापून आली. त्यावर आजोबांनी स्वत: बाबांच्या सल्ल्यानं नावं लिहिली आणि वसतिगृहातील मुलांमार्फत ती वाटण्यात आली. आजोबांनी आपल्या मुलामार्फत दापोलीचे पत्रकार, पोलीस, दवाखाना यांना निमंत्रणं पाठवली.

अखेर सभेचा रविवार उजडला. आता बाबांना घरच नव्हतं. त्यामुळे त्यांच्या घरची माणसं, गायत्री यांची व्यवस्था महाजनांनाच करणं भाग होतं. दुपारी तीनच्या सुमारास बाबांची पत्नी गीता, मुलगा, सून, नातू, गायत्री व तिचा नवरा आले. बाबांची व घरच्यांची भेट दहा वर्षांनी आणि तीही अशा परिस्थितीत होत असल्यानं साऱ्यांनाच खूप दु:ख झालं.

बाबांची पत्नी गीता तर नवऱ्याचा शोध लागला, तो भेटला या आनंदातिरेकात आणि काही दिवसांतच तो कायमचा निघून जाणार या दु:खानं सुन्न झाली. तिला सुख मानावं की दु:ख, तेच कळेना. तिनं मनाशी काही निर्धार केला आणि डोळे पुसले. मग ठरवलं– यापुढं शेवटपर्यंत डोळ्यांतून एकही अश्रू येऊ द्यायचा नाही.

त्यानंतर सर्वांची जेवणं झाली आणि साडेचारच्या सुमारास बाबा कुबडी घेऊन इतरांबरोबर किनाऱ्यावर दाखल झाले. नेहमी प्रार्थना सभा वाळूत चालत असे. पण आज बाबांना खाली बसता येत नसल्यानं व सर्वांना दिसावं म्हणून टेबल व तीन खुर्च्यांची सोय करण्यात आली. एका खुर्चीवर सागरबाबा, त्यांच्या एका बाजूला त्यांची पत्नी गीता, दुसऱ्या बाजूला महाजन आजोबा– असे तिघं बसले. समोर वाळूत श्रोते बसले.

सभेच्या निमंत्रणात बाबा देवाच्या शोधाचे निष्कर्ष सांगणार आहेत, त्यानंतर अंधश्रद्धा निर्मूलनाचे चमत्कार करणार आहेत आणि सभेनंतर प्रायोपवेशनाला म्हणजे मरेपर्यंत उपास सुरू करणार आहेत, असं म्हटलं होतं.

या तीनही गोष्टी कोळथऱ्याच्या परिसरातील नागरिकांनाच नव्हे, तर दापोलीच्या पत्रकारांनाही नवीन होत्या. म्हणून साडेचार वाजल्यापासूनच लांब-लांबचे श्रोते येऊ लागले. आणि पाच वाजेपर्यंत सुमारे तीनशे श्रोते हजर झाले. त्यांत पत्रकार, डॉक्टर, पोलीस, इन्स्पेक्टर, उस्मानची आई, बाबांच्या प्रार्थना सभेला येणारे गावकरी,

बाबांकडून औषधं घेतलेले रुग्ण, वसतिगृहातील विद्यार्थी, गावांतील दुकानदार, गायत्री व तिचा नवरा, बाबांचे आणि महाजन कुटुंबीय अशी सर्व प्रकारची व सर्व वयाची माणसं होती. त्यांच्या दृष्टीनं हा दु:खात शेवट होणारा आनंद सोहळा होता.

सभेला अध्यक्ष, प्रास्ताविक अशी कोणतीही औपचारिकता नव्हती. त्यामुळे पाच वाजता बहुतेक श्रोते आल्याचं पाहिल्यानंतर महाजन आजोबांनी उठून हात जोडून प्रार्थनेला सुरुवात केली. श्रोत्यांनीही हात जोडले. ज्यांना प्रार्थना पाठ होत्या, ते आजोबांबरोबर म्हणत होते. ज्यांना येत नव्हत्या, ते शांतपणे ऐकत होते.

पंधरा मिनिटांत प्रार्थना संपली. त्यानंतर सागरबाबा बोलायला उभे राह्यले. श्रोत्यांत कमालीची शांतता पसरली. बाबांचा आवाज मोठा होता. मदतीला लाऊडस्पीकर होता. त्यामुळे समुद्राच्या गाजेतही कोणालाही ऐकू येण्याची अडचण नव्हती. बाबांनी बोलायला सुरुवात केली. ते म्हणाले,

''या प्रार्थना सभेसाठी आलेल्या, माझ्यावर प्रेम करणाऱ्या शेकडो स्त्री- पुरुष आणि मुलांना माझा नमस्कार! आणि त्यांनी हात जोडले. त्याबरोबर श्रोत्यांनीही नकळत हात जोडले. आज मी तुमच्यासमोर मनातलं गुपित सांगण्यासाठी आणि तुम्हा सर्वांचा निरोप घेण्यासाठी उभा आहे. मी सुमारे दहा वर्षांपूर्वी एक रामदासी म्हणून या कोळथऱ्यात अचानक आलो. मी कोणी मोठा माणूस नव्हतो आणि नाही. प्रत्येकालाच देव या कल्पनेबाबत मोठं कुतूहल असतं, तसं मलाही होतं. त्याचा अभ्यास करून खरं काय ते शोधून काढावं, असं अनेकांप्रमाणेच मलाही वाटायचं. पण वयाची सतरी गाठेपर्यंत जमलं नाही. शेवटी एके दिवशी सर्व संसार सोडून कोणालाही न सांगता थेट या गावात आलो आणि भगवे कपडे चढवून साधू-संन्यासी झालो. अशा कार्यासाठी शांत-सुंदर परिसर लागतो. म्हणून मी हा निसर्गसंपन्न किनारा निवडला. तिथंच मी अभ्यास केला. जेवलो, झोपलो, राह्यलो आणि आज तुमचा निरोप घेत आहे.

''माझ्या या इथल्या दहा वर्षांच्या वास्तव्यात रोज प्राणायाम-व्यायाम केला. तीन तास वाळूत उभं राहून गायत्री मंत्राचं पुरश्चरण केलं. कोळथरे आणि त्याच्या परिसरात भिक्षा मागितली. स्वत: शिजवून खिचडी खाल्ली. वेद, उपनिषदं, योगशास्त्र, गीता, ज्ञानेश्वरी, दासबोध, अनेक पोथ्या, मिळाल्या तेवढ्या ग्रंथांचं वाचन केलं. अभ्यास केला. तासन्‌तास चर्चा केल्या. पंढरीची पायीवारी, शिवथर घळ, रायगड, निंबाळ अशा ठिकाणी मुद्दाम जाऊन तिथली वस्तुस्थिती जाणून घेतली. या परिसरातील गरिबांना मोफत औषधं दिली, गरीब मुलांसाठी अभ्यासवर्ग चालवला... असं जेवढं शक्य होतं तेवढं केलं. कदाचित मला अपघात झाला नसता, तर हे पुढंही चालू

राह्यलं असलं. पण मला वाटतं– निसर्गानंच हा अपघात घडवून मला थांबण्याची सूचना केली असावी. या दहा वर्षांत मला तुम्हा सर्वांची प्रचंड मदत झाली. त्याबद्दल मी तुम्हा सर्वांचा खूप आभारी आहे. महाजन आजोबांचे आभार तर मानणं अवघड आहे, एवढे ते मोठे आहेत. खरं तर त्यांच्या रूपानं मला धाकटा भाऊ मिळाला.

"एवढ्या प्रास्ताविकानंतर मी आता मुख्य विषयाकडं– म्हणजे देवाच्या संशोधनाबाबतच्या माझ्या निष्कर्षांकडं वळतो. त्याबाबत सविस्तर बोलायचं झालं, तर कित्येक तास लागतील. तेवढा वेळ आपल्याकडं नाही. म्हणून मी फक्त निष्कर्ष, म्हणजे मला आढळलेलं सत्य सांगणार आहे. तपशील देणार नाही.

"देव कल्पनेची सुरवात विश्वाच्या उत्पतीपासून होते. विश्व म्हणजे टोक व शेवट नसणारी आकाशाची प्रचंड पोकळी असून त्यात अनेक सूर्य व त्यांच्या भोवती हजारो ग्रह फिरत आहेत, एवढीच आपली माहिती आहे. हे विश्व, आकाश, सूर्य, ग्रह कुणी आणि केव्हा निर्माण केले, हे आपल्याला अजून माहिती नाही. म्हणून आपल्या पूर्वजांनी सुमारे दहा हजार वर्षांपूर्वी हे सर्व एका महान शक्तीनं निर्माण केलं असावं, असं मानलं आणि त्यानं शक्तीला देव हे नाव दिलं.

"पुढं आपल्याला दिसणाऱ्या सूर्याचे अनेक तुकडे पडले. त्यांचे निरनिराळे ग्रह झाले. त्यांपैकी पृथ्वी हा एक ग्रह आहे. लाखो वर्षांनंतर पृथ्वी थंड झाली. भूकंप, ज्वालामुखी यामुळे पृथ्वीवर डोंगर, दऱ्या निर्माण झाल्या. सूर्याच्या उष्णतेनं हवा तापून पाऊस पडू लागला. त्यामुळे नद्या, समुद्र निर्माण झाले. जीव निर्माण होण्यास व जगण्यास योग्य अशी जमीन, हवा, उष्णता, पाणी, पोकळी ही पाच तत्त्वं म्हणजे पंचमहाभूतं निर्माण झाल्यानं सुरुवातीस वनस्पती व त्यातून जंगलं निर्माण झाली. त्यातून प्रथम पाण्यात राहणारे मासे निर्माण झाले. त्यांपैकी कासवासारखे काही जमिनीवरही राहू लागले. त्यातून प्रथम डुक्कर, नंतर माकडाप्रमाणे अर्धमानवी स्वरूपातले प्राणी व त्यातून माणूस निर्माण झाला. ही विकासाची प्रक्रिया होण्यास लाखो वर्षं लागली.

"सुरुवातीस गुहेत राहणारा माणूस पुढं शिकारीऐवजी शेती करून, घरं बांधून राहू लागला. त्यातून छोट्या टोळ्या, गावं, शहरं, राज्यं निर्माण झाली. त्या वेळी माणसाला पाऊस, ऊन, अग्नी, हवा अशा नैसर्गिक साधनांवरच अवलंबून राहावं लागे. तेव्हा या साधनांना देव मानून त्यांनी रागावू नये, नेहमी कृपा करावी म्हणून त्यांच्या काल्पनिक मूर्ती करून त्यांची पूजा करण्यास सुरवात झाली.

"सुमारे पाच हजार वर्षांपूर्वी भारतात एकाच वेळी उत्तरेत आर्य आणि दक्षिणेत द्रविडी अशा दोन भिन्न संस्कृती नांदत होत्या. त्यांचे देव निराळे होते.

पूजाविधी निराळे होते. या संस्कृती पुढं एकत्र आल्या. त्यांचे देव एकत्र आले. गंमत म्हणजे, सध्या रूढ असणारा एकही देव वेद किंवा उपनिषदांत आढळत नाही. याचा अर्थ, ते पुढे अस्तित्वात आले. त्या वेळी ऋषी, राजे खूप होते. परंतु ते इंद्र, वरुण अशा देवतांची पूजा करत. कौरव-पांडव युद्धात पंधरा लाख लोक मारले गेले. त्यात अनेक राजे, तरुण मारले गेले. पुरोहितवर्गाचा आधार तुटला. म्हणून त्यांनी अनेक नवे देव-देवता शोधून काढल्या. त्यांची देवळं बांधली, त्यांच्या चमत्कारांची पुस्तकं लिहिली. राम, कृष्ण यांसारख्या पराक्रमी राजांनाही देवत्व बहाल केलं.

"पुढे महाराष्ट्रात व इतरही अनेक संत निर्माण झाले. त्यांनी भक्ती संप्रदाय वाढवला. त्यानंतर अनेक बुवा, बाबा, महाराज उदयास आले. त्यांच्या निधनानंतर त्यांच्या शिष्यांनी त्यांनी न केलेल्या चमत्कारांची प्रसिद्धी केली. त्यामुळेच आज लाखांनी त्यांचे भक्त दिसतात.

"देवांचा किंवा संतांचा मुख्य आधार चमत्कार. असे चमत्कार खरे आहेत का, ते पाहण्यासाठी आम्ही चमत्कार संशोधन मंडळ काढलं. अशा चमत्कार करणारांची आम्ही माहिती मागवली. तेव्हा असं आढळलं की, चमत्कार करणारे सर्व दिवंगत आहेत, एकही हयात नाही; मग विश्वास कसा ठेवणार? म्हणून असे चमत्कार आम्ही करून पाह्यले; तेव्हा त्यामागं हातचलाखी किंवा वैज्ञानिक कारण असून त्यात देवत्व किंवा दैवी शक्ती काही नाही, असं सिद्ध झालं. ते तुम्हालाही पटावं म्हणून या कार्यक्रमाच्या शेवटी मी ते प्रयोग करून दाखविणार आहे.

"आता तुम्ही असं विचाराल की– बाबा, तुम्ही सांगितलं ते कळलं; पण आम्ही कसं वागावं? तेच आता फक्त सात वाक्यांत मी सांगणार आहे.

पहिली गोष्ट– जग निसर्गाच्या नियमाप्रमाणे चालते.

दुसरी गोष्ट– पूजा करून निसर्ग प्रसन्न होत नाही.

तिसरी गोष्ट– सर्व देव-देवता त्यांची चरित्रं, चमत्कार काल्पनिक आहेत.

चौथी गोष्ट– राम-कृष्ण यांसारखे देव म्हणजे गुणी माणसंच होती. त्यांच्यावरही संकटं आली; पण त्यांनी संकटांना पराक्रमानं तोंड दिलं, चमत्कारांनी नाही.

पाचवी गोष्ट– प्रत्येक माणसाच्याही आयुष्यात दु:खं, संकटं ही येणारच. त्यांवर प्रयत्नांनीच मात करायला हवी. ती पूजा करून टळणार नाहीत.

सहावी गोष्ट– तुमचं मन कमकुवत असेल, तर तुमच्या आवडत्या देवाची हवी तर प्रार्थना करा; पण दिवसातून एकदा. त्यातून तुम्हाला धैर्य मिळेल.

सातवी गोष्ट– देव न मानता, नमस्कार न करताही उत्तम आयुष्य जगता येतं. त्यासाठी फक्त भरपूर काम करा, कमी खा, भरपूर चाला, चांगलं वागा.

"आता माझ्या प्रायोपवेशनाबाबत. प्रायोपवेशन म्हणजे मरेपर्यंत उपोषण. ते कोणत्या मागणीसाठी नाही, तर आयुष्य संपविण्यासाठी आहे. आयुष्यातील आपलं कर्तव्य संपल्यानंतर तिथंच रेंगाळत न राहता मृत्यूला भेटण्याची भारतीय परंपरा आहे. रामानं शरयू नदीत जलसमाधी घेतली. पांडव द्रौपदीसह हिमालयात पायी निघून गेले. ज्ञानेश्वरांनी तळघरात समाधी घेतली. तुकाराम आणि एकनाथ यांनी जलसमाधी घेतली.

"मला अपघात झाला. मी आता पूर्वीप्रमाणं काम करू शकत नाही, हे लक्षात आलं म्हणून प्रायोपवेशनाच्या मार्गानं आयुष्य संपवत आहे. हा मार्ग अनुसरणाराही मी पहिला नाही. स्वातंत्र्यवीर सावरकर, आचार्य विनोबा भावे यांनीही पूर्वी प्रायोपवेशन केलेलं आहे. जैन पंथातील अनेक लोक संथारा नावाचं व्रत घेऊन याच मार्गानं आपलं आयुष्य संपवतात. तेच मी करणार आहे.

"या सभेनंतर आज रात्री मी माझ्या पत्नीच्या हातची शेवटची खिचडी खाईन आणि प्रायोपवेशनाला सुरवात करीन. त्यानंतर काहीही खाणार नाही. परंतु हवा व पाणी यावर जिवंत असेपर्यंत जगेन. या मार्गानं साधारण बारा दिवसांत आयुष्य संपतं. बघू या– मला किती दिवस लागतात!

"तुम्ही सर्व जण या सभेला आलात, माझं म्हणणं शांतपणे ऐकून घेतलंत, याबद्दल तुमचे आभार मानतो आणि सर्वांचा निरोप घेतो."

नमस्कार करून बाबा खाली बसले. नंतर त्यांनी रिकाम्या हातातून अंगारा, उदी, कुंकू काढणे... पेटता कापूर खाणे, पलित्याने हात जाळून घेणे, नुसत्या दृष्टीनं आग पेटवणे वगैरे प्रयोग करून दाखविले. प्रत्येक प्रयोग उपस्थितांनी लक्षपूर्वक पाह्यला व त्याला टाळ्या वाजवून दाद दिली. मग सभा संपली. सभेनंतर पोलीस इन्स्पेक्टरनं बाबांच्या जवळ येऊन 'ते स्वत:च्या इच्छेनं आयुष्य संपवत आहेत; त्याबाबत त्यांचा कोणावरही राग, संशय, आरोप नाही–' असं निवेदन लिहून घेतलं आणि तो गेला.

सभेनंतर बाबांच्या पायांना हात लावून त्यांना नमस्कार करण्यासाठी श्रोत्यांची एकच झुंबड उडाली. त्या वेळी अनेकांना अश्रू आवरले नाहीत. गर्दी खूप झाली, म्हणून स्वयंसेवकांनी त्यांची रांग लावली व सर्वांना शिस्तीत बाबांना भेटण्याची व्यवस्था केली. त्याप्रमाणे सर्वांनी बाबांना नमस्कार केला. तोपर्यंत सात वाजले. श्रोते हळूहळू निघून गेले.

त्यानंतर बाबा पत्नीच्या हातची खिचडी खाणार होते आणि तीसुद्धा पहिली

खिचडी बाबांनी ज्या किनाऱ्यावर केली, तिथंच केली जावी, अशी बाबांची अपेक्षा होती. म्हणून आजोबांनी मार्ग काढला. घरातील गॅस सिलिंडर आणि शेगडी किनाऱ्यावर आणायची व्यवस्था केली. त्या गॅसवर बाबांच्या पत्नीनं सर्वांसमक्ष खिचडी करावी व किनाऱ्यावरच सर्वांनी बाबांबरोबर जेवावं, असं सुचविलं. आजोबांची ही कल्पना बाबांनाही आवडली.

थोडक्याच वेळात खिचडी तयार झाली. कॉटसमोर वाळूत सर्वांची पानं मांडण्यात आली. सर्व जण वाळूत गोल करून बसले. बाबा आणि आजोबा तेवढे मांडवात कॉटवर बसले. त्यात सर्व महाजन कुटुंबीय, बाबांची पत्नी, मुलगा, सून, नातू, गायत्री, तिचा नवरा असे सर्व जण होते. हसत-खेळत, गप्पा मारत जेवणं झाली. मघाशी निर्माण झालेलं दु:खाचं वातावरण कमी झाल्याचं पाहून बाबांना बरं वाटलं.

जेवणानंतर थोड्या गप्पा मारून महाजन व बाबांचे कुटुंबीय महाजनांच्या घरी झोपण्यास गेले आणि किनाऱ्यावर फक्त बाबा, त्यांची पत्नी गीता, गायत्री, तिचा नवरा आणि दोन विद्यार्थी स्वयंसेवक उरले. गीता आणि गायत्री यांनी आळीपाळीनं जागायचं ठरविलं होतं. तसंच आळीपाळीनं एक विद्यार्थी पहारा देणार होता. रात्री नऊच्या सुमारास बाबा कॉटवर आडवे झाले आणि तिथं त्यांना झोप लागली. इतरही थोड्या वेळानं आडवे झाले. सर्वत्र शांत झालं. लाटा मात्र नेहमीप्रमाणे वाहातच होत्या.

दुसऱ्या दिवशी सर्वच वृत्तपत्रांनी बाबांच्या प्रायोपवेशनाला मोठी प्रसिद्धी दिली.

सकाळी बाबांचा मुलगा, सून, नातू व गायत्रीचा नवरा परत गेला आणि महाजन आजोबा किनारी आले. ते आणि बाबा नेहमीप्रमाणं दैनंदिन कार्यक्रमाला लागले. गीता, गायत्री महाजनांच्या घरी आणि विद्यार्थी वसतिगृहात गेले. बाबांना जेवायचंच नव्हतं आणि त्यांची प्रकृती उत्तम होती. त्यामुळे तिथं आणखी कोणी थांबण्याची गरज नव्हती. बाबांनी आपल्याजवळचे सर्व पैसे आजोबांकडे दिले.

पहिल्या तीन दिवसांत बाबांना कोणताच त्रास झाला नाही. चौथ्या दिवशी मात्र पोटात अन्न नसल्यानं पित्त वाढलं आणि ओकाऱ्या येऊ लागल्या. उभं राह्यलं की चकर येऊ लागली. पण बाबा पाणी पिऊन ते सहन करत होते. वृत्तपत्रातील प्रसिद्धीनं रोज कोणी-कोणी भेटायला येत होतं. चौकशी करून परत जात होतं. सहाव्या दिवशी बाबांचा अशक्तपणा खूप वाढला. हातपाय हलवणं जड जाऊ लागलं.

बाराव्या दिवशी त्यांची शुद्ध गेली. त्यामुळे सर्व जण घाबरले. मुलाला फोन

करून बोलावण्यात आलं. गीता आणि गायत्री त्यांच्या दोन्ही बाजूंना रात्रंदिवस बसून अधूनमधून तोंडात पाणी घालू लागल्या. मुलगा आला. पण बाबांना औषध द्यायचं नसल्यानं नुसतं बसून राहण्याशिवाय कोणीच काही करू शकत नव्हतं.

चौदाव्या दिवशी गीता पहाटे बाबांच्या तोंडात पाणी घालत असतानाच त्यांना ठसका लागून त्यांची प्राणज्योत मालवली. सर्व जण दुःखात बुडून गेले. लगेचच ही बातमी गावभर पसरली. बाबांच्या दर्शनासाठी झुंडीच्या झुंडी येऊ लागल्या. तासाभरात सबंध किनारा भरून गेला. बाबांच्या इच्छेप्रमाणं त्यांना हार घालायचे नव्हते. प्रेतयात्रा काढायची नव्हती. त्यांचं दहन करायचं नव्हतं, तर त्याचं शरीर खोल समुद्रात सोडून द्यायचं होतं. त्याप्रमाणे उस्माननं होडीची व्यवस्था केली. ग्रामपंचायतीचा दाखला आणला.

बारा वाजता 'सागरबाबा की जय'च्या गजरात बाबांचं प्रेत होडीत ठेवण्यात आलं. होडीत आजोबा, उस्मान होडीवाला व हट्ट धरल्यानं गीता असे चौघं बसले. हळूहळू होडी क्षितिजापर्यंत गेली. थांबली. बाबांचं प्रेत आजोबांनी आणि उस्माननं पाण्यात हळूच सोडलं. त्याला नमस्कार करून होडी मागं फिरणार तोच गीतेनं– बाबांच्या पत्नीनं– समुद्रात अचानक उडी मारली. इतरांच्या लक्षात येण्याच्या आतच ती दिसेनाशी झाली. सागरबाबा सागरात विलीन झाले, तर गीता श्रीकृष्णात विलीन झाली...

- ० - ० -

www.ingramcontent.com/pod-product-compliance
Lightning Source LLC
Chambersburg PA
CBHW031206260626
47169CB00004B/1266
* 9 7 8 9 3 8 2 9 8 8 8 4 7 *